D1680864

திக. சிவசங்கரன்

உள் அட்டையில் காணும் சிற்பக் காட்சியில் பகவான் புத்தரின் அன்னை மாயாதேவி கண்ட கனவின் பலனை மன்னர் சுத்தோதனருக்கு நிமித்திகர் மூவர் விளக்குகின்றனர். அவர்களுக்குக் கீழே அமர்ந்து அந்த விளக்கத்தை எழுதுகிறார் ஓர் எழுத்தர். எழுதும் கலையைச் சித்தரிக்கும் முதல் இந்தியச் சிற்பம் இதுவாகவே இருக்கலாம்.

(நாகார்ஜுன மலைச்சிற்பம் பொ.யு. இரண்டாம் நூற்றாண்டு, படஉதவி : நேஷனல் மியூசியம், புது தில்லி)

இந்திய இலக்கியச் சிற்பிகள்
தி. க. சிவசங்கரன் (தி.க.சி.)

இரா. காமராசு

சாகித்திய அகாதெமி

Thi. Ka. Sivasankaran: Monograph in Tamil by R. Kamarasu, Sahitya Akademi, New Delhi, (Reprint 2024), Rs. 100/-

உரிமை © சாகித்திய அகாதெமி		
ஆசிரியர்	:	இரா. காமராசு
பொருள்	:	இந்திய இலக்கியச் சிற்பிகள்
வெளியீடு	:	சாகித்திய அகாதெமி
முதல் பதிப்பு	:	2019
இரண்டாம் பதிப்பு	:	2022
மூன்றாம்ம் பதிப்பு	:	2024
ISBN	:	978–93–6183–805–7
விலை	:	ரூ. 100/–

All rights reserved. No part of this book may be reproduced or utilized in any form or by any means, electronic or mechanical including photocopying, recording or by any information storage and retrival system, without permission in writing from Sahitya Akademi.

சாகித்திய அகாதெமி

தலைமை அலுவலகம் : இரவீந்திர பவன், 35, பெரோஸ்ஷா சாலை, புது தில்லி 110 001. secretary@sahitya-akademi.gov.in | 011-23386626/27/28.

விற்பனை அலுவலகம் : 'ஸ்வாதி' மந்திர் சாலை, புது தில்லி 110 001 sales@sahitya-akademi.gov.in | 011-23745297, 23364204.

கொல்கத்தா : 4, டி.எல். கான் சாலை, கொல்கத்தா 700 025 rs.rok@sahitya-akademi.gov.in | 033-24191683/24191706.

சென்னை : குணா வளாகம், 443, இரண்டாம் தளம், அண்ணா சாலை, தேனாம்பேட்டை, சென்னை 600 018. chennaioffice@sahitya-akademi.gov.in 044-24311741 | 24354815

மும்பை : 172, மும்பை மராத்தி கிரந்த சங்கிரகாலய சாலை, தாதர், மும்பை 400 014 rs.rom@sahitya-akademi.gov.in 022-24135744 | 24131948.

பெங்களூரு : மத்தியக் கல்லூரி வளாகம், பல்கலைக்கழக நூலக கட்டிடம், டாக்டர் அம்பேத்கர் வீதி, பெங்களூரு 560 001 rs.rob@sahitya-akademi.gov.in. 080-22245152, 22130870.

ஒளி அச்சு : R. Udhayabaskar, Chennai
அச்சகம் : Pavai Printers (P) Ltd., Royapettah, Chennai - 600 014.

Visit our website at http://www.sahitya-akademi.gov.in

நன்றி

இளம் வயதில் இலக்கிய இயக்கத்தில் ஈடுபட்டவன் நான். பேராசிரியர் நா. வானமாமலை குறித்த ஆய்வுக்காக நெல்லைக்கு அடிக்கடிச் செல்லும் வாய்ப்பு அமைந்தது. அப்படி ஒரு நாள் (1990) சுடலை மாடன் தெருவில் சந்தித்த என் தந்தையைப் போன்ற தோழர் தி.க.சி. கால் நூற்றாண்டு காலம் தந்த தோழமை இதம் எனக்கு வாய்த்த பேறு. இது ஒரு வகையில் எம் முன்னோடிக்கு நன்றி பகரும் நல்வாய்ப்பு.

இலக்கியச் சிற்பிகள் வரிசையில் தி.க.சி. பற்றி எழுதும் வாய்ப்பினை எனக்களித்த சாகித்திய அகாதெமி ஆலோசனைக் குழுவின் மேனாள் ஒருங்கிணைப்பாளர் பேராசிரியர் கி.நாச்சிமுத்து அவர்களுக்கும் குழு உறுப்பினர்களுக்கும் நெஞ்சம் நிறைந்த நன்றிகள். என் கல்விப் புல, இலக்கிய வளர்ச்சியில் அக்கறை கொண்டு ஊக்கம் தரும் சாகித்திய அகாதெமி ஒருங்கிணைப்பாளர் கவிஞர் சிற்பி அவர்களுக்கும் குழு உறுப்பினர்களுக்கும் அன்பும் நன்றிகளும்.

தி.க.சி. குறித்த பழைய நூல்கள், இதழ்கள் வழங்கி உதவிய ஓய்வு பெற்ற அஞ்சல் அலுவலர் கெழுதகை நண்பர் மயிலாடுதுறை இரெ. மருதசாமி அவர்களுக்கு அன்பு.

தி.க.சி. எனும் இலக்கியக் கருவூலத்தைப் பாதுகாத்திட்ட அவரது திருமகன் எழுத்தாளர் வண்ணதாசன் நூல் எழுதிட ஆலோசனைகள் வழங்கி துணை நின்றார்கள். அவரின் பேரன்புக்கு அன்புப் பூச் செண்டு.

திக.சி.யின் இறுதி கால நண்பரும், அவரது வெளிவரா ஆக்கங்களைத் தொடர்ந்து பதிப்பித்து வெளியிடுபவருமான அன்பு எழுத்தாளர் வே.முத்துக்குமார் பல வகைகளிலும் உதவினார். அவருக்குத் தோழமை நன்றிகள்.

எழுத்தாளர்கள் கழனியூரன், பா.செயப்பிரகாசம், பா.சுபாஷினி, ஆ.சிவசுப்பிரமணியன், இரா.குறிஞ்சிவேந்தன் ஆகியோரை இத்தருணத்தில் நினைவு கூர்கிறேன்.

பல்கலைக்கழகத்தின் அலுவல்களின் ஊடே இது போன்ற முயற்சிக்கு எனக்கு நல்வழிகாட்டி, அனுமதியளிக்கும் மாண்பமை துணைவேந்தர் பேராசிரியர் கோ.பாலசுப்ரமணியன் அவர்களுக்கு நன்றி உரியது.

நூலினை மெய்ப்புத்திருத்தம் செய்திட்ட அண்ணன் பேராசிரியர் நா.இராமச்சந்திரன் அவர்களுக்கும், பொறியாளர் பா.செல்வபாண்டியன், அன்புமிக்க ஆய்வாளர்கள் ந.பிரகாஷ், சி.அருள்கண்ணன், நா.வடிவேலன் ஆகியோருக்கும் அன்பும் நன்றிகளும்.

சாகித்திய அகாதெமி பொறுப்பு அலுவலர் இனிய நண்பர் திரு. சந்திரசேகர ராஜு பதிப்புப்பிரிவு பொறுப்பாளர் அன்பு நண்பர் திரு.சித்தாலப்புடி சீனிவாஸ், அட்டை வடிவமைத்த ஆரஞ்சு கம்யூனிகேஷன்ஸ், ஒளி அச்சு செய்திட்ட திரு. உதயபாஸ்கர் (உபா), அச்சாக்கம் செய்த மணி ஆப்செட் ஆகியோருக்கும் அன்பும் நன்றிகளும்.

2019, அக்டோபர்

இரா. காமராசு
9443589189
kamarasuera70@gmail.com

பொருளடக்கம்

தலைப்பு	பக்கம்

1) 21இ, சுடலை மாடன் தெரு 9

2) உலவும் கவிதை 24

3) வேலை கிடைத்தது 34

4) வணங்காமுடி 40

5) சீனத்துப் பாடகன் 48

6) நாட்குறிப்பு இலக்கியம் 52

7) நீர்ப்பாய்ச்சி 58

8) தோட்டக்காரன் 69

9) என்றும் அன்புடன் 77

10) விமர்சனத் தமிழ் 86

    பின்னிணைப்புகள் 121

1

21இ, சுடலைமாடன் தெரு

"திக்கெல்லாம் புகழும் திருநெல்வேலி" பொருநை நதிக்கரை நாகரிகத்தின் விளைச்சல். நிலவுடைமை உறவுகளின் பெரு வெடிப்பாய் ஆன்மீகம் தழைத்த மண். முக்கூடற்பள்ளு, குற்றாலக்குறவஞ்சி, காவடிச் சிந்து போன்ற இலக்கிய வகைமைகளின் தொட்டில். நவீனத் தமிழின் இருபெரும் சிகரங்களான பாரதியும், புதுமைப்பித்தனும் தவழ்ந்து தமிழ் செய்த மண். மாதவய்யா, பெ.நா. அப்புசாமி, ரா.பி. சேதுப்பிள்ளை, எஸ். வையாபுரிப்பிள்ளை, டி.கே. சிதம்பரமுதலியார், க. சுப்பிரமணியப் பிள்ளை, எம்.எஸ். பூரணலிங்கம் பிள்ளை, தொ.மு. பாஸ்கர தொண்டைமான், தொ.மு.சி. ரகுநாதன், கு. அழகிரிசாமி போன்ற பல்துறை அறிஞர்கள் தோன்றிய இடம். இந்திய நாட்டின் விடுதலைப் போரை விரைவுப்பாதைக்கு இட்டுச் சென்ற வீரபாண்டிய கட்டபொம்மன், வ.உ.சிதம்பரனார், சுப்பிரமணிய சிவா, வாஞ்சிநாதன், சோமயாஜுலு போன்ற விடுதலை வீரர்கள் களமாடிய நிலம்.

பிறப்பு

இத்தகு அரசியல், ஆன்மிகப் பண்பாட்டுச் சிறப்புமிக்க திருநெல்வேலியில் மகாகவி பாரதியின் பூர்வீக பூமியான சீவலப்பேரிதான் திருநெல்வேலி கணபதி சிவசங்கரனின் ஊர். பாரதியின் தந்தை சின்னச்சாமி அய்யர் பிறந்த இவ்வூர்தான் இவருடைய தாத்தா சிவசங்கரன் பிள்ளைக்கும் சொந்த ஊர் என்றாலும் தி.க.சிவசங்கரன்

(இனி தி.க.சி.) தனது தாய்வழிப்பாட்டி ஊரான திருநெல்வேலியை அடுத்த அரியநாயகிபுரத்தில் பிறந்தார். 1925 ஆம் ஆண்டு மார்ச் 30 ஆம் நாள் பிறந்த இவரின் தந்தை கணபதியப்பன். தாயார் பர்வதம்மாள்.

தி.க.சி.யின் தாத்தா சிவசங்கரன் பெயரே குடும்ப மரபுப்படி இவருக்கு இடப்பட்டது. மூத்த சிவசங்கரன் பிள்ளை வேளாண் குடும்பத்தில் தோன்றினாலும் வணிகத்தில் காலூன்ற எண்ணி திருநெல்வேலிக்கு இடம் பெயர்ந்தார். அங்கு சம்பந்தம் பிள்ளை என்பவரின் தேங்காய் மண்டியில் வேலைக்குச் சேர்ந்தார். உழைப்பும், நேர்மையும், ஒழுங்கும், தனிமனித ஒழுக்கமும் மிக்க சிவசங்கரனின் பண்புகளில் கவரப்பட்ட சம்பந்தம் பிள்ளை தன் வியாபாரத்தையே அவருக்கு வழங்கி விட்டார். சிவசங்கரன் பிள்ளை நகரில் நற்பெயர் ஈட்டி, பொருள்சேர்த்துப் புகழ் பெற்றார். திருநெல்வேலியில் புகழ்பெற்ற நெல்லையப்பர் ஆலய அறங்காவலர், நீதிமன்ற நடுவர் குழு உறுப்பினர் போன்ற பதவிகளில் அவரை அமர்த்தும் அளவுக்கு நகரப் பிரமுகரானார்.

இளமைப்பருவம்

தி.க.சி. பிள்ளைப் பிராயத்திலேயே ஐந்தாவது வயதில் தந்தையையும், ஏழாவது வயதில் தாயையும் இழந்தார். தாத்தாவின் கூட்டுக்குடும்பத்தில் அவரின் அரவணைப்பிலேயே வளர்ந்தார்.

தி.க.சி.யின் தாயார் தீவிர புத்தக வாசிப்பாளராக இருந்துள்ளார். தி.க.சி.க்கு அவரது தாயார் இறக்கும் தறுவாயில் சொன்ன "நல்லாப் படிக்கணும், நல்லவனா வாழணும், நல்ல பேரை எடுக்கணும" என்ற வாக்கு அவரின் வாழ்க்கை நெடுகிலும் வழிகாட்டியாய் அமைந்தது.

பக்திப் பாடல்களைக் கேட்டும், நல்லோர் சிறு நூல்களை வாசித்தும் தன் இளமைப்பருவத்தை தி.க.சி. தொடங்கினார். திருநெல்வேலியில் உள்ள புகழ்பெற்ற மந்திரமூர்த்தி உயர்நிலைப் பள்ளியில் கல்வி கற்கத் தொடங்கினார். ஆசிரியர்களோடு இணங்கிப் படிப்பில் தலை மாணாக்கராக விளங்கினார். பேச்சுப் போட்டி, இலக்கியப் போட்களில் பங்கேற்றார். பள்ளிப் பருவத்திலேயே திருநெல்வேலி சைவச் சித்தாந்த நூற்பதிப்புக் கழகத்தின் ஆறுமுக நாவலர் நூலகம் செல்லத் தொடங்கினார். அங்கு பத்திரிக்கைகள், இதழ்கள், நூல்கள் ஆகியவற்றை வாசிப்பதை தம் அன்றாடக் கடமையாக மேற்கொண்டார்.

விடுதலைப் போர் – ஈர்ப்பு

இந்திய விடுதலைப் போராட்டம் தீவிரமடைந்த தருணம் அது. தி.க.சி. பள்ளி வயது பதின்பருவத்தில் இருந்தாலும் அவரின் விடுதலை நாடும் உள்ளமும், படிப்பார்வமும், பொது நலநாட்டமும் விடுதலைப் போராட்டத்தைக் கவனிக்கச் செய்தன.

“அப்ப பதினோரு வயது இருக்கும். 1936 ஆவது வருடம். இந்தியாவில் விடுதலை வேள்வி கொழுந்து விட்டு எரியும் நேரம். நெல்லையிலும் போராட்டம், ஜவுளிக்கடை மறியல், ஆர்ப்பாட்டம் எல்லாம் நடைபெற்றன. தெருவில் தேசபக்த பஜனை நடக்கும். தொண்டர்கள் பாரதிப் பாடல்களைப் பாடிக்கொண்டு தெருத் தெருவாகப் போவார்கள். கதராடை அணிந்து, தலையில் காந்திக் குல்லாவுடன், சட்டையில் பகத்சிங் ‘பட்டாக்’ குத்திக் கொண்டு காங்கிரஸ் தியாகி எம்.ஆர். சுப்பிரமணியம் பாரதி பாடல்களைப் பாடிச் சென்ற கம்பீரம் என்னையும் விடுதலை உணர்வு கொள்ளத் தூண்டியது. அரசியல் ஆர்வம் தலைதூக்கியது. மகாத்மா காந்திஜீயின் நூல்களைத் தேடிப்படித்தேன்” (என் வாழ்க்கை) என்கிறார். அத்தருணத்தில்தான் மகாத்மாகாந்தி நெல்லை வருகிறார். அவரைச் சிறுவராக இருந்த தி.க.சி. பார்க்கிறார். தொடர்ந்து காந்தி, நேரு, நேதாஜி போன்றோர் குறித்த நூல்களைப் படிக்கத் தொடங்கினார். பத்திரிகைகளையும் வாசிக்கும் வழக்கத்தை உருவாக்கிக் கொள்கிறார்.

பொதுவுடைமை நாட்டம்

இளமையிலேயே தாய் தந்தையரை இழந்த தி.க.சி. உளரீதியாகப் பாதிக்கப்பட்டிருந்தார். அநீதிகளுக்கு எதிராகப் போராடும் உணர்வும், ஏழைகள் பால் இரக்க உணர்வும் அவரிடம் இயல்பிலேயே அமைந்திருந்தன.

ஒருமுறை பொங்கல் சமயத்தில் கடைவீதிக்குச் செல்கிறார் தி.க.சி. அங்கு ‘சுதந்திரச்சங்கு’ என்ற இதழின் பொங்கல் மலரைக் காண்கிறார். அதில் சங்கு சுப்பிரமணியம் எழுதியிருந்த கவிதையின் சில அடிகள் தி.க.சி.யை ஈர்த்தன.

பிச்சை தா என்று கெஞ்சும் குரலும்
பிடி இந்தா என்று நீளும் கரமும்
இச் செகத்தினில் இல்லாத நாளே
இன்ப நாள் என்று கூறிடுவோமே

இப்பாடல் இளம் தி.க.சி.யைக் சமூக உணர்வு கொள்ளத் தூண்டியது. அதே போலே அவர் சிறுவராய் இருந்த பொழுது தாயாரின் அரியநாயகிபுரத்திற்குச் செல்கிறார். அவ்வூர் அக்ரஹாரத் தெருவிலிருந்த கோவில் சுவரில் 'சூத்திரன் என்று சொன்னால் ஆத்திரத்துடன் அடி' என்ற வாசகத்தைப் படிக்கிறார். பிற்காலத்தில் பெரியாரின் பேச்சைக் கேட்டும் எழுத்தை வாசித்தும் இதன் உட்பொருளை உணர்கிறார். ஆக, சம உடைமை, சம உரிமை ஆகிய இரண்டும்தான் நம் நாட்டுக்குத் தேவை என்ற புரிதல் தி.க.சிக்கு கருக்கொள்கிறது.

மாணவப் பருவத்திலேயே பொதுவுடைமை இயக்க மாணவர் அமைப்போடும், இளைஞர் அமைப்போடும் தி.க.சி.க்குத் தொடர்பு கிடைக்கிறது. அக்காலத்தில் (1941) காங்கிரஸ் கட்சித் தலைவராக, ஆங்கிலேயருக்கு எதிரானப் போராட்டத்தில், சிறை சென்ற சிந்துபூந்துறை சண்முகம் அண்ணாச்சி சிறையில் பொதுவுடைமை இயக்கத் தலைவர்களைச் சந்தித்து, நூல்களைக்கற்று பொதுவுடைமைக்காரராக வெளிவருகிறார். அவர் ஜனசக்தி இதழ், கம்யூனிஸ நூல்களை இளைஞர்களுக்கு அறிமுகம் செய்கிறார். அவர் வீட்டில் இருந்த நூலகம் மாணவர்க்கும் இளைஞர்க்கும் வரப் பிரசாதமாக மாறுகிறது. பொதுவுடைமை இயக்கத் தலைவர்கள் ஜீவானந்தம், பி. ராமமூர்த்தி, கே. பாலதண்டாயுதம் ஆகியோரின் பேச்சையும் கேட்கும் வாய்ப்பை தி.க.சி. உள்ளிட்ட இளைஞர்கள் பெறுகிறார்கள். மாக்சிம் கார்க்கியின் "தாய்" நாவல் பெறும் தாக்கத்தை ஏற்படுத்துகிறது.

அண்ணாச்சி சண்முகம் பிள்ளையின் உந்துதலால் தி.க.சி.க்கு முன்பே தொ.மு.சி. ரகுநாதன், என்.டி. வானமாமலை போன்றோர் இடதுசாரி திசை வழியில் நடை பயின்றனர். 1947 ஜூலை இறுதியில் கலைஞர் கழகம் (நெல்லை வாலிபர் சங்கம்) தொடங்கப்பட்டது. ரகுநாதன் தலைவர், தி.க.சி. செயலாளர், நா.வானமாமலை, என். டி. வானாமாமலை, சீனிவாசன், கணபதியப்பன், ஜெகந்நாதன், பாளை சண்முகம், சிந்து பூந்துறை சண்முகம் அண்ணாச்சி ஆகிய தோழர்கள் இவ்வமைப்பில்

ஐக்கியமாகினர். மேடைப் பேச்சுப் பயிற்சி, இலக்கியப் படைப்பாக்கம், திறனாய்வு, நாடகம், திரைப்பட விவாதம் முதலிய இவ்வமைப்பில் நடைபெற்றன.

கல்லூரிப்படிப்பு

தி.க.சி.யின் கல்லூரிப் படிப்பு நெல்லையின் புகழ் மிக்க இந்துக்கல்லூரியில் அமைந்தது. பாரதியும், புதுமைப்பித்தனும் பயின்ற பள்ளி, கல்லூரியாகவும் வளர்ந்தது. இக்கல்லூரிக் காலத்தில் தி.க.சி.யின் வாசிப்பு வட்டம் விரிந்தது. இங்குப் பணியாற்றிய தமிழ்ப் பேராசிரியர்கள் கு. அருணாசலக் கவுண்டர், ஆ. முத்து சிவன் ஆகிய இருவரும் தி.க.சி.யின் தமிழ்ப் பற்றை, ஆற்றலை வளர்க்க ஊக்கப்படுத்தினர். பாரதியில் தோய்ந்த தி.க.சி.க்கு பாரதிதாசனை அறிமுகம் செய்தனர். அது தொடக்கம் பாரதிதாசனின் படைப்புகளை தி.க.சி. வாழ்நாள் இறுதி வரைப் போற்றினார். அதேபோல ஆங்கிலப் பேராசிரியர் அ.சீனிவாசராகவன் பல நூல்களை அறிமுகப் படுத்தினார். புதுமைப்பித்தனையும் அவர் வழியாகவே தி.க.சி. கல்லூரி நிகழ்வில் பார்க்க வாய்த்தது.

இலக்கிய ஈடுபாடு

1941 ஆம் ஆண்டு வாக்கில் வல்லிக்கண்ணன் நெல்லைக்கு இடம் பெயர்ந்தார். அவர் தி.க.சி.யின் வீட்டிற்கு அருகில் வசித்தார். அப்பொழுது நெல்லை வாலிபர் சங்கம் மூலம் 'இளந்தமிழன்' என்ற பெயரில் கையெழுத்துப் பத்திரிகையைத் தி.க.சி.யும் நண்பர்களும் நடத்தி வந்தனர். வல்லிக்கண்ணன் அப்பொழுதே முழுநேர இலக்கியவாதியாக, பல்வேறு இதழ்களுடன் தொடர்பில் இருந்ததை அறிந்த தி.க.சி. அவரைச் சந்தித்தார். 'இளந்தமிழன்' இதழுக்கு வல்லிக்கண்ணனை ஆசிரியராக ஆக்குகிறார்கள். அது ஒருவருடம் நடைபெறுகிறது. தி.க.சி.யும் நண்பர்களும் அவ்விதழில் எழுதிப் பயிற்சி பெறுகின்றனர். அப்பொழுது தொடங்கி மறையும் வரை வல்லிக்கண்ணனும், தி.க.சி.யும் 'இலக்கிய இரட்டையர்கள்' எனும் அளவுக்கு 'தோழமை' பூண்டொழுகினர். தி.க.சி., வல்லிக்கண்ணனைத் தம் இலக்கிய ஆசானாகவே வரித்துக் கொண்டார்.

இக்காலத்தில் ரசிகமணி டி.கே.சி.யையும் தி.க.சி. சந்திக்கிறார். வல்லிக்கண்ணன், கே. வேலாயுதம் போன்றோரோடு தாம் சந்தித்த

முதல் அனுபவத்தையும், இளையவர்களான தங்களை டி.கே.சி. மதித்துப் பாராட்டி உற்சாகப் படுத்தியதையும் தி.க.சி. மன நிறைவாகக் கூறுவார்.

படைப்பு வெளிப்பாடு

தி.க.சி., வல்லிக்கண்ணனின் ஊக்குவிப்பால் படைப்பிலக்கியத்தில் தொடக்கத்தில் ஈடுபாடு கொண்டார். கிராம ஊழியனில் கவிதைகள் படைக்கத் தொடங்கினார். தி.க.சி.யின் முதல் படைப்பு - சிறுகதை, வல்லிக்கண்ணனின் முயற்சியில் 1942 ஆம் ஆண்டு 'பிரசண்ட விகடன்' இதழில் 'வண்டிக்காரன்' எனும் தலைப்பில் வெளிவந்தது. தொடர்ந்து 'காலமோகினி' இதழில் எழுதினார். கிராம ஊழியன் இதழில் எழுதிய திரை விமர்சனங்கள், தி.க.சி.யைப் பரவலாக அறிமுகப்படுத்தின. நாடகங்களையும் தி.க.சி. படைத்தார். கவிதை, சிறுகதை, நாடகம் ஆகிய படைப்பிலக்கியங்கள் வெளிவந்த போதும் தி.க.சி. ஒரு திறனாய்வாளராகவே மாறிப்போனார். திரை விமர்சனங்களில் இருந்து அவரை இலக்கியத் திறனாய்வுத் திசை நோக்கி நகர்த்தியவர் பேராசிரியர் நா. வானமாமலை.

தி.க.சி.யின் இன்னொரு ஆற்றல் மொழிபெயர்ப்பு. இளமையிலேயே தமிழ், ஆங்கிலம் ஆகிய இருமொழிப் பயிற்சிமிக்கவராக தி.க.சி. திகழ்ந்தார். 1952 வாக்கில் சிந்துபூந்துறை சண்முகம் அண்ணாச்சி 'நெல்லை பப்ளிஷிங் ஹவுஸ்' எனும் நூல் வெளியீட்டகத்தைத் தொடங்கினார். இதற்கு தி.க.சி. எல்லா வகையிலும் உதவினார். தமிழ்ப் புத்தகாலயம் திரு. கண. முத்தையாவின் கோரிக்கைப்படி, அரசியல், ரஷ்யா, சீன இலக்கிய நூல்கள் பலவற்றை இத் தருணத்தில் தி.க.சி. மொழி பெயர்த்தார். தி.க.சி. மிக விரைவாகவும், அழகாகவும் மொழிபெயர்ப்பதில் வல்லவர். இந்த அனுபவம்தான் பின்னர் சோவியத் செய்தித்துறையில் பணியில் சேர அடிப்படையாய் அமைந்தது.

வங்கிப்பணி

தி.க.சி.யின் குடும்பம் நடுத்தரக் குடும்பம். தாத்தாவின் உழைப்பில் உருவானது. எளிய வாழ்க்கை முறை எல்லோரிடமும் அமைந்திருந்தது. தி.க.சி. படிப்பை முடிக்கும் முன்பே வேலைக்குச்செல்ல நேரிட்டது. திருநெல்வேலியில் இயங்கிவந்த 'தாம்கோஸ்' வங்கியில் 1945ஆம் ஆண்டில் பணிக்குச் சேர்ந்தார். அப்பொழுது மாதச்சம்பளம் முப்பது

ரூபாய்; பஞ்சப்படி ஏழரை ரூபாய்; வங்கியில் வேலை தீவிரமாக இருக்கும். தி.க.சி.க்கு பொதுவுடைமைச் சார்பு இருந்ததால் சங்கம் அமைப்பதில் அவர் ஈடுபட்டார். எனவே, 1948 ஆம் ஆண்டு சென்னைக்கு இடமாற்றம் செய்யப்பட்டார். 1952ல் மீண்டும் திருநெல்வேலிக்கு மாற்றம் நடந்து. தி.க.சி. மீண்டும் வங்கிப் பணியாளர் சங்கத்தில் தீவிரமாக ஈடுபடத் தொடங்கினார். இத்தருணத்தில் தாம்கோஸ் வங்கி, கருமுத்து தியாகராய செட்டியாரின் 'பாங்க் ஆஃப் மதுரை'யுடன் இணைக்கப்பட்டது. தி.க.சி.யின் தொழிற்சங்க நடவடிக்கைகளால் 1961 ஆம் ஆண்டு பரமக்குடிக்கு இடம் மாற்றம் செய்யப்பட்டார். அங்கும் தி.க.சி.யின் செயலில் அதிருப்தி அடைந்த நிர்வாகம் இடம்மாற்றமாகி ஆறுமாதத்திலேயே பழிவாங்கலாக சேலம் - எடப்பாடிக்கு மறு இடம்மாற்றம் செய்கிறது. மூன்று மாதம் கடந்த பின்னர் 1962 ஆம் ஆண்டு மார்ச் மாதம் கேரள மாநிலம் கொச்சிக்கு இடம் மாற்றம் செய்யப்பட்டார். சீன - இந்திய யுத்தகாலம் ஆதலால் மிகுந்த கண்காணிப்பும் நெருக்கடியும் இருந்தது. அங்கும் இடதுசாரி தொழிற்சங்க நடவடிக்கைகளில் தி.க.சி. ஈடுபட்டார். 1964 டிசம்பரில் வங்கிப் பணியிலிருந்து விடுபடும் வரை தி.க.சி. கொச்சியில் பணியாற்றினார். ஆக, 1945 முதல் 1964 வரை பத்தொன்பது ஆண்டு காலம் வங்கிப்பணியில் தி.க.சி. இருந்தார். வங்கிகள் நாட்டுடைமை ஆகாத காலத்தில், குறைந்த ஊதியம், உரிமை இன்மை ஆகியவற்றால் அல்லல்பட்ட வங்கிப் பணியாளர்களை 'சங்கம்' ஆக்குவதில் தி.க.சி. முன்னணியில் நின்றார். வர்க்க உணர்வுடன், போராட்டக் குணத்துடன் தமிழ்நாடு வங்கிப் பணியாளர் வாழ்க்கை மேம்பாட்டுக்கு அவர் உழைத்தார்.

சோவியத் செய்தித்துறைப் பணி

1964 டிசம்பர் 14ல் தி.க.சி.யின் இளம்பருவத்து நண்பரும் பொதுவுடைமைத் தோழருமான ஏ.எஸ்.மூர்த்தியின் பரிந்துரையின் பேரில், சோவியத் செய்தித்துறையில் பணிவாய்ப்பினைப் பெற்றார். கொச்சியில் தாம் பார்த்து வந்த வங்கிப்பணியிலிருந்து விலகி, தம் கொள்கை சார்ந்த, தம் மனதுக்குப் பிடித்தமான இதழியல் துறைக்கு வந்து சேர்ந்தார். அங்கு தொ.மு.சி ரகுநாதன், வ. விஜயபாஸ்கரன், மாஜினி, கே.சி.எஸ். அருணாசலம் ஆகியோருடன் பணியாற்றும் வாய்ப்பினைப் பெற்றார்.

சோவியத் செய்தித் துறையில் வெளியீடுகளைக் கொண்டுவரும் பத்திரிகைப் பிரிவு, சோவியத் செய்திகளை உடனுக்குடன் மொழிபெயர்த்து பிற பத்திரிகைகளுக்கு வழங்கும் செய்திப்பிரிவு என இரு பிரிவுகள் இருந்தன. தி.க.சி. செய்திப்பிரிவில் பணியாற்றினார். நெருக்கடிமிக்க, தொடர்ந்து பணியாற்ற வேண்டிய பணி என்றாலும் தன் இலக்கியப் பணிகளுக்கு இதுதான் ஏற்றது என்பதால் தி.க.சி. அதிலேயே தொடர்ந்தார். இருபத்தைந்தாண்டுகள் சிறப்பாகப் பணியாற்றி 1990இல் பணி ஓய்வு பெற்றார்.

தாமரை இதழ் ஆசிரியர் பொறுப்பு

தி.க.சி. சோவியத் செய்தித்துறைப் பணியேற்று சென்னை வந்தார். அப்பொழுதுதான் அவரின் வாழ்நாள் சாதனை எனச் சொல்லத்தகும் 'தாமரை' இலக்கிய இதழின் ஆசிரியர் பொறுப்பை ஏற்றார். பேராசான் ஜீவாவால் முற்போக்குக் கலை இலக்கியத் திங்களிதழாகத் தொடங்கப்பட்டது தாமரை. ஜீவாவோடும், தாமரை இதழோடும் திக.சி.க்கு நல்ல தொடர்பு இருந்தது. ஜீவாவின் அறிமுகமும். அவரின் ஊக்குவிப்பும் திக.சி.யை உற்சாகப்படுத்தின. கொச்சியில் இருந்த காலத்தில் (1962 - 1964) தாமரையில் தொடர்ந்து எழுதி வந்தார்.

ஜீவா, தமிழ்நாடு கலை இலக்கியப் பண்பாட்டுத் தளத்தில் அனைவராலும் நேசிக்கப்பட்ட ஏற்கப்பட்ட தலைவர். அவரின் 'தாமரை' இதழும் குறுகிய காலத்தில் அனைவரின் கவனத்தையும் பெற்றது. ஜீவாவும், ஆசிரியர் குழுவும் நல்லதொரு அடித்தளத்தை உருவாக்கினர். இந்நிலையில் ஜீவா மறைந்தார். இதன் பின்னர் பணி நிமித்தம் சென்னைக்கு வந்த தி.க.சி.க்குத் தாமரை இதழ் ஆசிரியர் பொறுப்பு வந்தது.

1965 முதல் 1972 வரை சுமார் நூறு இதழ்கள் தி.க.சி. பொறுப்பில் மலர்ந்தன. தி.க.சி. தம் சோவியத் அலுவலகப்பணி நேரம் போக, எஞ்சிய நேரத்தில் இரவு, பகல் பாராமல் எவ்விதப் பிரதிபலனும் பாராமல் (அவர் பெயர் கூட இல்லாமல்) தாமரை இதழைப் புதுமைகள் வரிசைகட்டி வர நடத்தினார். தமிழ் இலக்கிய வரலாற்றில், இதழியல் வரலாற்றில் தி.க.சி.யின் தாமரைக்கு மிக முக்கிய இடமுண்டு.

குடும்ப வாழ்க்கை

தி.க.சி. தம் அத்தை ராமலெட்சுமி அம்மாளின் மகள் தெய்வானையை வாழ்க்கைத் துணையாக ஏற்றார். கல்லூரியில் படித்துக் கொண்டிருந்த பொழுதே 1942 ஆம் ஆண்டு ஆகஸ்ட் 22ல் திருமணம் நடைபெற்றது. தி.க.சி.க்கும் அவர் துணைவியாருக்கும் 15 நாள் தான் வயது வித்தியாசம். எனவே, ஒருவரை ஒருவர் புரிந்து கொண்டு, தோழமை உணர்வோடு காலம் முழுவதும் வாழ்ந்தனர். தி.க.சி. வங்கிப்பணி, தொழிற்சங்கப்பணி, இடமாற்றங்கள், இலக்கியப் பணி, இயக்கப்பணி... என மூச்சுவிட நேரமில்லாமல் இயங்கினார். இதற்குப் பின்னால் இவரது குடும்பத்தினரின் தியாகம் அடங்கி இருந்தது. தி.க.சி.யின் துணைவியார் தெய்வானையே எல்லாச் சிரமங்களையும் ஏற்றார். இறுதிவரை தி.க.சி.க்கு நிழல் தந்தவர் அவர்.

தி.க.சி. க்கு கணபதி, கல்யாணசுந்தரம், சேதுராமலிங்கம் ஆகிய மூன்று மகன்கள். ஜெயலட்சுமி, சாந்தா, கௌரி என்ற மூன்று மகள்கள். மூத்த மகன் கணபதி முழு முதலோன், தெய்வமைந்தன், திருவேந்தி என்கிற பெயர்களில் கவிதைகள் துணுக்குகள் எழுதி உள்ளார். நல்ல ஓவியர். கலீல் ஜிப்ரானின் முறிந்த சிறகுகளை அற்புதமாக மொழி பெயர்த்துள்ளார். இவர் காலமாகி விட்டார். அடுத்த மகன் வண்ணதாசன் புகழ் பெற்ற எழுத்தாளர். கல்யாண்ஜி என்கிற பெயரில் கவிதைகள் எழுதிவருபவர். மனித உணர்வுகளையும் மனித உறவுகளையும் கொண்டாடும் இவருக்கு சாகித்திய அகாதெமி விருது கிடைத்தது. ஒரே குடும்பத்தில் தந்தையும் பிள்ளையும் விருது பெற்ற சிறப்பும் இவர்களுக்குச் சேர்ந்தது. மூன்றாவது மகன் சேதுவும் இலக்கிய ஈடுபாடுள்ளவர். தொடக்கத்தில் 'திசைகள்' இலக்கிய இதழில் பணியாற்றியவர். தி.க.சி.க்கு பன்னிரண்டு பேரன்கள், பேத்திகள், தவிர இன்னும் கொள்ளுப் பேரன்கள், பேத்திகள் உண்டு.

படைப்புகள்

தி.க.சி.யின் படைப்புகள் பல்வேறு காலங்களில் தொகுத்து வெளியிடப்பட்டன. அவர் மறைவுக்குப் பிறகும் வெளிவந்துள்ளன. தி.க.சி.யின் திறனாய்வுகள் *(1993)*, விமர்சனத்தமிழ் *(1993)*, விமர்சனங்கள், பேட்டிகள், மதிப்புரைகள் *(1994)*, மனக்குகை ஓவியங்கள் *(1999)*, கடல்படு மணல் *(2010)*, காலத்தின் குரல் *(2012)* ஆகியவை

முக்கியமானவை. திரு. வே. முத்துக்குமார், கழனியூரன் ஆகியோர் தி.க.சி.யின் படைப்புகள் பலவற்றை அவரது மறைவிற்குப் பிறகு தொகுத்து வெளியிட்டுள்ளனர்.

விருதுகள்

தி.க.சி. தம் திறனாய்வுப் படைப்புகளுக்காகவும் பண்பாட்டுச் செயல்பாடுகளுக்காகவும் பல்வேறு விருதுகளைப் பெற்றார். லில்லி தெய்வசிகாமணி விருது, தமிழ்ச் சான்றோர் பேரவை விருது, உலகப் பெருந்தமிழர் விருது, ஈரோடு மக்கள் சிந்தனைப் பேரவையின் பாரதி விருது ஆகியவை குறிப்பிடத்தக்கவை. சாகித்திய அகாதெமி விருதினை (2000) 'விமர்சனங்கள், பேட்டிகள், மதிப்புரைகள்' நூலுக்காகப் பெற்றார்.

தோழமை உறவு

"திருநெல்வேலி டவுன் மேலரதவீதி சந்திப்பிள்ளையார் கோவிலைத் தாண்டி ஒரு சிறுசந்து... உயரமான வீடுகள் இருபுறத்திலும்... ஆனால் அவைகளில் பெரும்பாலானவை பழமையானவை.

அதில் ஆகப் பழமை வாய்ந்த ஒரு வீட்டிற்குள் நுழைகிறோம். சிறு சந்து போன்ற குறுகிய வழியாக வீட்டிற்குள் சென்றால் மிகப் பெரிய நீள அகலமான முற்றம். சதுரம் என்று கூடச் சொல்லாம். பெரிய உயரமான கருங்கல் பதித்த திண்ணை. இந்த வீட்டிற்குள்ளேயே மூன்று வீடுகள்.

வீட்டின் இடது கோடி அறை. முழுவதும் புத்தங்களும், நாளிதழ்களும், வார இதழ்களும் ஒழுங்குமுறையாக அடுக்கி வைக்கப்பட்டுள்ளன. நடுவில் ஒரு மேஜை. அது முழுவதும் புத்தகங்கள். எதிரே எழுதுவதற்குத் தோதாக ஒரு நாற்காலி. அருகிலேயே ஒரு மடக்குக் கட்டில்.

இந்த அறையில் தான் தமிழகமே வியந்து பார்க்கும் விமர்சகர், எழுத்தாளர், சாகித்திய அகாதெமி விருது பெற்ற தி.க.சி. என அழைக்கப்படும் தி.க.சிவசங்கரன் வாழ்கின்றார்" (எஸ். காசிவிஸ்வநாதன்).

தி.க.சி.யின் இறுதி இருபத்தைந்தாண்டுகள் இங்குதான் கழிந்தன. தினந்தோறும் தமிழகம் முழுவதிலும் இருந்து இலக்கிய நண்பர்கள்

வந்தார்கள். எல்லோரிடமும் அன்போடும், நட்பேர்டும் தி.க.சி. பழகினார். தன் கருத்துக்கு மாற்று முகாமில் இருந்தோருக்கும் தி.க.சி.யின் இதய வாசல் திறந்தே இருந்தது.

தி.க.சி.யின் எழுத்தைப் போலவே அவரது வாழ்வும் மிக எளிமையானது. வீட்டில் கைலியும் துண்டும் தான் அணிவார். வெளியே சென்றால் வேட்டி, சட்டை. எவ்விதத் தீய பழக்கமும் கிடையாது. சைவ உணவும், கீரையும் அவரின் விருப்பமான உணவு. நாள் முழுவதும் எழுதுவதும் படிப்பதும் கடமையாகக் கொண்டார். கடைசி காலங்களில் கை நடுக்கம் காரணமாக தான் சொல்ல, நண்பர்களை எழுதச் செய்தார்.

தி.க.சி.க்கு இசையில் ஆர்வமுண்டு. வானொலிச் செய்திகளில் மிகுந்த ஈடுபாடு. அதீதமான நினைவாற்றல் அவருக்குண்டு. வரலாற்று நிகழ்வுகளை நாள் பிசகாமல் கூறுவார். தி.க.சி.யின் வாசிப்புப் பழக்கம் அபாரமானது. பெயருக்கு நொறுக்குத்தீனி வாசிப்பாளர் அல்ல அவர்.

"தி.க.சி.யின் மேஜையில் அல்லது அலமாரியில் இருக்கும் புத்தகத்தில் எந்தப் புத்தகத்தை எடுத்துப் பார்த்தாலும், இதை தி.க.சி. படித்து விட்டாரா? இல்லையா? என்று மிக எளிதாகக்கண்டு பிடித்துவிட முடியும். தி.க.சி. படித்து முடித்திருந்தால் அந்தப் புத்தகத்தில் உள்ள எழுத்துப் பிழைகள் திருத்தப்பட்டிருக்கும். முக்கியமான அல்லது சர்ச்சைக்குரிய பகுதிகளை அடிக்கோடிட்டிருப்பார். அதிலிருந்து தி.க.சி. அந்தப் புத்தகத்தைப் படித்து விட்டார் என்பதை நாம் புரிந்து கொள்ள முடியும். எழுத்துப் பிழைகளோடு தி.க.சி.யால் எதையும் படிக்க முடியாது. தி.க.சி.யின் எழுத்திலும் எழுத்துப்பிழைகளே இருக்காது. இளம் வயதிலிருந்து பத்திரிக்கையில் பணியாற்றியதால் அவர் அன்று கைக்கொண்ட புரூப் திருத்தும் பழக்கத்தைத் தன் இறுதிக்காலம் வரை விடவேயில்லை". (கழனியூரன்).

தி.க.சி. பிறருக்கு உதவுவதைத் தம் வாழ்நாள் முழுவதும் செய்து வந்தார். சிறு சிறு பொருளுதவி மட்டுமல்லாமல் இதழ்களில் படைப்புகள் வெளிவர, படைப்புகள் உரிய கவனம் பெற, உரிய படைப்புகள் விருதுகள் பெற ... என அவர் படைப்பாளிகளை உருவாக்கும் படைப்பாளியாகத் திகழ்ந்தார். எனவே தான் "தி.க.சி.க்கு நாங்கள் வைத்திருந்த பெயர் 'கைகாட்டி மரம்'. நல்வழிகாட்டி வந்த அந்தக்

கைகாட்டிமரம் எதிர்காலத்திலும் முன்னேறத் துடித்துக் கொண்டிருக்கும் பல இளம் எழுத்தாளர்களுக்கும் புதிதாக எழுதத் துடிக்கும் இளைஞர்களுக்கும் சரியான பாதையைப் பல்லாண்டுகள் காட்டிக் கொண்டிருக்கும்" என்பார் வ. விஜயபாஸ்கரன்.

கி.ராஜநாராயணன், "தி.க.சி.யை எதொடு ஒப்பிட்டுச் சொல்வது என்று நினைக்கிறபோது எனக்கு அவரை சுக்குக்கு ஒப்பிட்டுச் சொல்லலாம் என்று தோன்றுகிறது. ரசிகமணி சொல்லுவார்,

"நாக்குக்குத்தான் சுக்கு காரம்
உடலுக்கு ரொம்ப இதம்"
சுக்குக்கு மிஞ்சிய மருந்து உண்டா?" என்று கூறுவார்.

தி.க.சி. மிகுந்த ஜனநாயகவாதி. அவரின் வாழ்வே அதற்குச் சான்று. தன் துணைவியார் மறைவுக்குப் பின்னரும் கூட தனியேதான் வசித்தார். மகன்கள் எவ்வளவோ வலியுறுத்தியும் செல்லவில்லை. அவர் கூறுகிறார்:

"கல்யாணி, ஒரு கலைஞன் அவன் தனிமையை விரும்புகின்றவன். அவன் ஒரு வரியை எழுத என்ன பாடுபடுவான் என்பது எனக்குத்தான் தெரியும். அவனது தனிமை, அவனது சந்தோசம். நான் சந்தை மனிதன். அவனுக்கு இரைச்சலே ஆகாது. என்னைப் பார்க்க என் நண்பர்களும், தோழர்களும் வந்து கொண்டே இருப்பார்கள். அதில் அவர்களுக்கும் சந்தோஷம், எனக்கு மகிழ்ச்சி. 'ஈத்து உவக்கும் இன்பம்' போல, ஒன்றைக் கொடுப்பதால், கொடுத்தவனுக்கும் மகிழ்ச்சி. அதைப் பெற்றுக் கொள்கிறவனுக்கும் இன்பம். .... நான் தனியே இருக்கிறேன் என்று என்றும் நான் உணர்ந்ததே இல்லை. எப்போதும் என் நண்பர்களோடும் தோழர்களோடும் தான் வாழ்ந்து கொண்டிருக்கிறேன் என்றே நம்புகிறேன். "என்னை என் பிள்ளைகள் புரிந்து கொண்டு என் போக்கில் என்னை வாழவிட்டதே நான் செய்த பாக்கியம்" என்பார். இந்தப் புரிதலும், பண்பும் தான் தி.க.சி.

தி.க.சி. தன் இறுதிக் காலங்களில் இலக்கிய சகாக்களாக கழனியூரன், பொன். வள்ளிநாயகம், வே.முத்துக்குமார், பொன்னையன், கிருஷி, சரவணன் ஆகிய நண்பர்களுடன் பயணித்தார். வே.முத்துக்குமார் தி.க.சி.யின் படைப்புகள், திறனாய்வுகள் பிற ஆக்கங்கள் அனைத்தையும்

தேடித் திரட்டி தொகுத்து அளித்து வருகிறார்.

தி.க.சி. எழுதியதைக் காட்டிலும் அவரைக் குறித்து எழுதப்பட்டவை ஏராளம். வாழும் போது சமூக மனிதனாக வாழ்ந்தார். 2014 ஆம் ஆண்டு மார்ச் 25 ஆம் நாள் நிரந்தரமாக விடைபெற்றார். அவரின் மறைவுக்கு மரியாதை செய்திட இரா. நல்லக்கண்ணு, பழ. நெடுமாறன், வைகோ போன்ற தலைவர்களும், கலை இலக்கிய ஆளுமைகளும் தமிழ்நாடு முழுவதிலும் இருந்து வந்தனர். தமிழின் பெரும்பாலான பத்திரிகைகளும் பெரிய, சிறிய இதழ்களும் தி.க.சி. மறைவையும், அவரின் சிறப்புகளையும் வெளியிட்டன. தமிழ்ச் சூழலில் இப்படியொரு அறிந்தேற்பு தி.க.சி.க்கு மட்டுமே கிடைத்தது. இது அவரது மனிதநேயப் பண்புகளுக்குக் கிடைத்த வெற்றி.

“தி.க.சி. என்ற மனிதன் இறந்துவிட்டால் ஒரு எழுத்தாளன் என்று கூட வேண்டாம். ஒரு நல்ல மனிதன், உற்ற தோழன் போய்விட்டான் என்று நினைத்துக் கண்ணீரைவிட ஒரு நூறு பேராவது வேண்டும்” என்ற அவரின் எண்ணம் ஈடேறியது.

சமூகவளர்ச்சி, மாற்றம், விடுதலை, சமத்துவம், சனநாயகம் ஆகிய ஒப்பற்றப் பண்புகளின் கூட்டு மொத்தமாக விளங்கியவர்தான் தி.க.சி.

“சிவசங்கரன் விமர்சன நீறுபூசி
தாமரைச் சூடி சோவியத் மலையிலிருந்து
சுடலையாண்டியாக இறங்கி வந்து
தோழர்களின் மகுட இசைக்கு
துள்ளித்துள்ளி ஆடி ஆதாளி போட்ட மாடன்
மயானம் போனதும்
சுடலைமான் தெருவே சுடுகாடாயிற்று
இனி சுடுபவருமில்லை இடுபவருமில்லை மாதோ”

- காவ்யா சண்முகசுந்தரம்

எனத் தி.க.சி.யின் இன்மையை, கண்ணீர்க் கவிதையாக்கினார்.

புதிய இலக்கிய பஞ்சசீலக் கொள்கையை தி.க.சி. தன் இறுதி நாட்களில் வலியுறுத்தினார்: 1. தமிழியம், 2. பெண்ணியம், 3. தலித்தியம், 4. சுற்றுச் சூழலியம், 5. மார்க்சியம்.

தொ.மு.சி., நா.வா., கைலாசபதி, சிவத்தம்பி போன்றோர் தத்துவார்த்தக் கோட்பாடுகளைத் தாங்கி விவாதிக்க, நடைமுறை அனுபவத் தளத்தில் நின்று தி.க.சி. சிலம்பமாடினார். அவருக்குத் தம் காலத்தில் முளைவிட்டுத் தளிர்த்த முற்போக்கு இலக்கியப் பயிரைத் தண்ணீர் விட்டுக் காக்க வேண்டிய பொறுப்பும் கடமையும் இருந்தது. எனவேதான் ஒரு படைப்பாளியாக உருவாகி இருக்க வேண்டியவர் பல படைப்பாளிகளை உருவாக்கும் 'இலக்கியத் தந்தை'யாக மாறிப்போனார்.

தி.க.சி. இறுதிவரை தம்மை ஒரு பார்டிசானாக - சார்புடையவனாக அடையாளப்படுத்திக் கொண்டவர். தான் மார்க்சியர் - கம்யூனிஸ்ட் என்பதில் பெருமிதம் கொண்டு விளங்கினார். இயக்க மறுப்பும், அரசியல் அற்ற தன்மையுமே இன்றைய எழுத்தாளர்களின், அறிவு ஜீவிகளின் 'முகமூடியாக' வலம் வருகையில் 'கொள்கைச் சார்பை' வலியுறுத்தி வாழ்ந்து காட்டியவர் தி.க.சி.

"1942 ஆம் ஆண்டிலிருந்து தமது கருத்துக்களை ஆழமாகவும் அழுத்தமாகவும் பிறர் மனதைப் புண்படுத்தாமலும் எழுதி வந்திருக்கிறார். யாராக இருந்தாலும் அவருடைய குறைகளை மூடி மறைக்காமலும், நிறைகளை மனம் திறந்து பாராட்டியும் நேர்மை உணர்வோடும் துணிவோடும் திறனாய்ந்தே வந்திருக்கிறார். அது மட்டுமல்ல, தம்மை நேர்மையின்றி விமர்சித்தவர்களிடம் கூட பகைமை பாராட்டியதில்லை. 'சிறியன சிந்தியான்' என்ற கம்பனின் வாக்கிற்கேற்ப வாழ்ந்து வருபவர் தி.க.சி. ஆவார்" என்ற பழநெடுமாறனின் கருத்து மிகச்சரியானது.

அமைப்புகளை உருவாக்குவதிலும், அமைப்புகளில் பங்கேற்பதிலும் இறுதிவரை தி.க.சி. உறுதியாக இருந்தார். தமிழ்நாடு கலை இலக்கியப் பெருமன்றம், தமிழ்நாடு முற்போக்கு எழுத்தாளர்கள் கலைஞர்கள் சங்கம் இரண்டிற்கும் ஆலோசனைகளும் உற்சாகமும் வழங்கினார். தமிழ் நாட்டின் பண்பாட்டு விடுதலைக்கு இவை இணைந்து பணியாற்ற வேண்டும் என்று விரும்பினார். தொடக்கக் காலம் முதல் இறுதிக் காலம் வரை மக்கள் பணி செய்யும் பொதுவுடைமைத் தலைவர்கள் கலை இலக்கியத்தில் ஆர்வத்துடன் ஈடுபடத் தூண்டினார். பலரை எழுத வைத்தார்.

மண்ணுக்கேற்ற மார்க்சியம் என்பது அவரிடம் இயல்பிலேயே அமைந்தது. முற்போக்காளர்கள் பலரும் பாரதியை மட்டும் கொண்டாடுகையில் பாரதிதாசனையும் உயர்த்திப் பிடித்தவர் தி.க.சி. சிங்காரவேலரையும், பெரியாரையும், ஜீவாவையும் தமிழ் மண்ணின் ஒப்பற்றச் சிந்தனையாளர்களாகக் கருதினார். வர்க்க ஒழிப்போடு சாதி ஒழிப்பையும் வலியுறுத்தினார். மார்க்சியத்தோடு, தலித்தியம், பெண்ணியம், சூழலியம், தமிழியம் ஆகியவற்றை இணைத்து வளர்த்தெடுக்க முழக்கமிட்டார். இதனை தி.க.சி.யின் பஞ்சசீல இலக்கியக் கொள்கை எனலாம். முல்லைப் பெரியாறு, கூடங்குளம், ஈழம் உட்பட எரியும் பிரச்சனைகளில் மக்கள் பக்கம் நின்றார். தி.க.சி.யின் இந்தக் கருத்தியலுக்குத் தமிழ்ச் சூழலில் அவரின் மறைவைச் செய்தியாகவும் கட்டுரைகளாகவும் வெளியிடாத இதழ்களோ, ஊடகங்களோ இல்லை என்ற பெரிய அங்கீகாரமாகக் கிடைத்தது.

"தி.க.சி.யின் பரந்த உலகம் ஒரு தனி அறையில் இருந்து தொடங்கி எங்கும் வியாபித்துக்கிடந்தது. வருகைதரும் அனைவரிடமும் அவர்களுக்கு ஏற்ற வகையில் ஏதாவது ஒரு ஊக்கத்தை அளிப்பதை அவர் தவறவிடுவதில்லை. ஒவ்வொரு படைப்பாளியும் தன்னைச் சந்தித்த பின் சிறு முன்னேற்றமாவது அடையவேண்டும் என்பதில் திண்ணமாக இருந்தார் தி.க.சி" எனப் பொன். வள்ளிநாயகமும்,

"தி.க.சி. ஒரு கற்பக விருட்சம். அந்த விருட்சத்தின் நிழலில் ஒதுங்கிய எண்ணற்ற வாசகர்களில் நானும் ஒருவன். என் படைப்பொன்றைப் பற்றிய அவரது விமர்சனக் கடிதத்தின் மூலமாக அந்த விருட்சத்தின் நட்பு கிட்டியது" என வே. முத்துக்குமாரும்,

"அடுக்கடுக்காய் விசாரிப்புகள், முகமெல்லாம் ஆனந்தம், பல்லெல்லாம் சிரித்ததில் அவரே ஓர் ஆனந்தத்தின் உருவமாய் ஒளிர்ந்தார்... அவரோடானான சந்திப்பிற்குப் பின் இந்த நிமிடம் வரை நான் அய்யாவின் தொடர்பால், அவரது தந்தைமையில் வளர்ந்து கொண்டிருக்கிறேன்" என தி. சுபாஷினியும் சுட்டுவார்.

அருங்குணங்களால் தி.க.சி.யை வாழையடி வாழையென வரும் பெருமரபின் நல் விளைச்சல் எனலாம். 21இ, சுடலைமாடன் தெரு, தமிழ்ப் பண்பாட்டுக் குறியீடு; எதிர்காலத் தமிழர்களின் அடையாளம் தி.க.சி.!

2

உலவும் கவிதை

தி.க.சி. உரைநடைக்காரர்; நடைச்சித்திரம், சிறுகதை, நாடகம், திரை விமர்சனம், திறனாய்வு ... என அவரின் எழுத்து முயற்சிகள் தொடர்ந்தன. அவர் பாரதியின் கவிதைகளில் மூழ்கி முத்தெடுத்தவர். பாரதியைத் தம் குருநாதராக வரித்துக் கொண்டவர். கவிதையிலும் பாரதி வழியிலேயே நடந்தவர்.

தி.க.சி. 1944 - 1947 காலகட்டத்தில் கவிதைகளும் எழுதினார். கிராம ஊழியன், கவிக்குயில் மலர், அஜந்தா, இந்துஸ்தான், தமிழ்முரசு, சக்தி, கண்ணதாசன், சதங்கை ஆகிய இதழ்களில் இவரது கவிதைகள் வெளிவந்தன. இவர் எழுதிய கவிதைகளில் கிடைக்கப்பெற்ற 19 கவிதைகளை 'தி.க.சி. கவிதைகள்' எனும் தொகுப்பாக்கி உள்ளார் வே. முத்துக்குமார்.

ஓரிரு கவிதைகள் தவிர்த்து ஏனையவை தொடக்கக் காலத்தவை. காதல், வறுமை, இலக்கியம், வாழ்க்கை, சமூக நிலைமைகள் சார்ந்த கருத்துக்கள் இக்கவிதைகளில் இடம் பெற்றுள்ளன. அதேபோல மரபுக்கவிதைகளில் இருந்து புதுக்கவிதைகள் நோக்கிய நகர்வாக இக்கவிதைகள் அமைகின்றன. அக்காலத்திய எழுத்துக் கவிதைகளில் இருந்த ஓசைத்தன்மை தி.க.சி.யின் கவிதைகளிலும் இருப்பதைக் காணலாம்.

"கவிஞானவன் ஒரு ஆன்மிக இலட்சிய வாழ்வின் பிரதிநிதியாக மதிக்கப்படுகிறான்; அவன் சிக்கலான கேள்விகளுக்கெல்லாம் சட்டென விடைகூறும் அசரீரியாக இருக்க வேண்டும்; சாதாரண நோய்களையும், துன்பத்தையும் பிறரில் காணுமுன் தன்னில் கண்டு கொள்ளும் வைத்தியனாகவும் அவன் இருக்கவேண்டும்; அவற்றைக் குணப்படுத்துவதற்கு அவற்றைக் கவிதை வடிவில் மீண்டும் படைத்துவிட வேண்டும்" என்ற வி.ஜி. பெலின்ஸ்கியின் கருத்தை கவிதைத் திறனாய்வில் மதிப்பீட்டுக்குப் பயன்படுத்திய தி.க.சி. இதனையே தம் கவிதைப் படைப்புகளுக்கு இலக்கணமாக்கிக் கொண்டார்.

கிராம ஊழியனில் (1944, ஜூன் 16 - 30) வெளிவந்த 'சாகின்றார்!' எனும் கவிதை.

ஏரை ஒருகரம் அழுத்திப் பிடிக்க
எருதை ஒருகரம் அடித்து முடுக்க
எண்ணற்ற கவலைகள் இதயத்தை அரிக்க
'ஈசனே கதி' யென்ற எண்ணமே கதியாய்
பூமியைச் சோர்வின்றிப் பிளந்து விதைக்கும்
புண்ணியன் சாவதைப் பாரீரோ!

காட்டிலே வெட்டிய மரத்தினைக்
கைத்தசை ஓய அறுத்திழைத்து
எலும்பொடு தோலும் இழைந்துருக
எண்ணிலா மாளிகை மாடம் சமைத்து
எல்லோர்க்கும் இன்பம் அள்ளித்தெளித்து
ஏழையாய் மடிகிறான் கூழைத் தச்சன்!

பருத்திச் செடியினில் பறித்த பஞ்சைப்
பக்குவமாகவே நூல் இழைத்து
நெருக்கி அதனை விதவிதமாய்
நேர்த்தியுடன் பல ஆடை நெய்து
பொல்லாயந்திரப் பிசாசுடனே
போட்டியிட்டு ஓய்கிறான் நெசவாளி!

மூடத்தனத்தை நொறுக்கி மக்கள்
மூச்சிலே சுதந்திரம் பெய்வோமென்று
ஏடெடுத்துப் பலர் எழுதுகின்றார்
எனினும் அன்னவர் எழுத்துக்களை
ஈனச் சமூகம் பார்ப்பதில்லை ஐயோ
ஏங்கி வறுமையால் வாடுகின்றார்!

பாட்டாளிகளின் பெருமூச்சை எளிய, இனிய கவி மொழியாக்கியுள்ளார்.

ஏழ்மை, வறுமை, கொடுமை, மாற்றம், புரட்சி ஆகியவற்றை வடிப்பதுதான் கவிதை, இலக்கியம் என்ற கட்டுப்பெட்டித்தனம் தி.க.சி.க்கு எப்போதும் இருந்ததில்லை. வாழ்வின் மீதான நம்பிக்கை, பற்றுறுதி அவரின் எழுத்துக்களின் மையம். 'உலவும் கவிதை'! என்றொரு கவிதை,

பில்லுக்கட்டை தலைசுமக்க
பில்லரிவாள் இடையிருக்க
அந்திஒளி சாய்கையிலே
அவள் அசைந்து போறாளே!
புதுக்கள்ளின் நுரை போலே
பொங்கிவரும் புத்தழகு
மங்கிவரும் கதிரொளியில்
மயக்கந் தருகுதையா!

அணில் கடித்த மாம்பழம் போல்
அழகு சொட்டும் செவ்விதழ்கள்
சருகான வெற்றிலையில்
அமுதினிமை கண்டனவோ!

காதிற் சுருளோலை
கண்டத்தில் பாசிமணி
அரையிற் கிழிந்த உடை
அமைவான துலுக்கு நடை

அத்தான் வந்திடுவான்
அந்திவரை உழுதுவிட்டு
சித்தமுந்திப் போகவேண்டும்
செம்மறியைக் கட்டவேணும்

என்றெண்ணம் ஓடிவந்து
இங்கு முகம் திருப்பி நிற்க
சலங்கை ஒலி சிந்திவிட்டுச்
சாடிவரும் இளமறியும்

அப்போது பார்த்துவிட்டேன்
அவளழகு முழுவதையும்
என்நெஞ்சைக் கிளறிவிட்ட
எழுதவொண்ணாக் காவியத்தை!

(கிராம ஊழியன் : 1944, ஜூலை 1 - 15)

காதலி கவிதையாகிறாள்; புதுக்கள்ளின் நுரை - அணில் கடித்த மாம்பழம் - அடடா... அழகின் அழகு. சிறு கவிதைக்குள் ஒரு காவியத்தை ஓவியமாய்த் தீட்டி விடுகிறார் தி.க.சி.

யதார்த்த வாழ்வின் மீதான விமர்சனமாகச் சில கவிதைகள் அமைகின்றன. குறிப்பாக பத்திரிகைகள், எழுத்தாளர்கள் 'பொய்மை'யில் புரள்வதைச் சுட்டும் கவிதை 'கர்ப்பத்தடை'. பத்திரிகைகளின் புரட்டையும், எழுத்தாளர்களின் வன்மத்தையும் சாடுபவர், 'சிருஷ்டியை'விட 'கருத்தடை'யே மேல் என முடிவு செய்கிறார்.

ஓட்டைக் குடிசையினுள்
மூட்டை நிறைபாயினிலே
காடா விளக்கின்
கருக்கல் ஒளிச்சிதரில்

வாடா மனதுடனே
வண்தமிழை பூஜிக்கும்
ஏழையெனை விரும்பி வந்தாள்
எழில் மங்கை கலைத்தேவி

கங்குல் நிறக் கூந்தலினாள்
கண்வலையிற் சிக்கிடினும்
கருத்தடையே என்மார்க்கம்
காசுக்கு வழியில்லை!

(கிராம ஊழியன், 1946, மார்ச் 1 -15)

பாவேந்தர் பத்திரிகையைப் பெண் என்பார். தி.க.சி.யும் தன்னை நேசிக்கும் பத்திரிகைப் பெண்ணிடம் இலக்கியக் கன்னியிடம், காலத்தின் கோலத்தை விளக்கி உற்பத்தியை விட தடையே மேல் என மொழிகிறார்.

தி.க.சி. தம் கவிதைகளிலேயே தமக்குப் பிடித்ததாகச் சொல்லும் கவிதை 'வாழ்கின்றாய் வண்தமிழே' இது ஓர் இரங்கற்பா. வல்லிக்கண்ணனின் இளைய சகோதரர் ரா.சு. முருகேசன் மறவையொட்டி 16.06.1946 'கிராம ஊழியனில்' வெளிவந்தது. கவிதையின் இறுதிப்பகுதி,

காதலியின் கண்ணீரில்
கைக்குழந்தை புன்னகையில்
சீவகனையே உருக்கிவிடும்
செந்தமிழின் இன்னிசையில்
பிறப்பெடுத்த பயன் எனக்கும்
பேரன்பால் அருள்செய்த
இறப்பில்லாக் கலைக் கடவுள்
என் ஆசான் சொற்களிலும்
வாழ்கின்றாய் கற்பகமே!
வாழ்கின்றாய் வண்தமிழே!

இழப்புப் பாடல்(ஒப்பாரிப் பாடல்)களின் ஒருவித ஈர்ப்பும், தாக்கமும் இக்கவிதையில் இழையோடக் காணலாம்.

'காதல்' என்றொரு கவிதை. கவிக்குயில் மலரில் 1946ல் வெளிவந்துள்ளது. காதலில் அதீதப்புனைவு இயற்கை. அதுவும் கவிஞர்களுக்குச் சொல்லவே வேண்டா.

மாம்பழக் கன்னம் காட்டாய்
மல்லிகை கூந்தலாளே!
பூங்குயிற் குரலின் செல்வி
புதுநிலா எழிலின் ஜோதி!
ஏங்குறேன் இதழுக்காக
இன்னுமா ஊடல் கண்ணே!

எனக் கவிஞர் வருணனை செய்கிறார்.

காதலியின் மறுமொழி:
வருணனை போதும் ஐயா!
வாழ்க்கையில் இன்பங்கான
மாதுளைக் கன்னத்திற்கு
மாசிலாப் பவுடர் வேண்டும்;
பொன்னிற உடலுக்கேற்ற
பூந்துகில் "வாயில்" சேலை
கன்னியென் இதழில் மின்ன
கண்கவர் உதட்டுச் சாயம்;
காமனார் வைகும் சங்குக்
கழுத்திற்கோர் முத்துமாலை;
காதலைச் சொரியும் செல்லக்
கைக்கு ஓர் 'ரிஸ்டு வாச்சு';
இத்தனை பொருள்கள் வேண்டும்
எப்போது அளிப்பீர் அத்தான்...?
தேவையைப் பூர்த்தி செய்வீர்
தினமுமே அமர இன்பம்...!!!

கற்பனை வாழ்வுக்கும் உண்மைக்குமான முரணினை அழகாகச் சொல்லி விடுகிறார். பொருள்சார் வாழ்வை எள்ளல் தொனியில் சொல்வது சிறப்பு. கவிஞர்கள் கற்பனையில் மிதப்பவர்கள். ஆனால் வாழ்வு அப்படியல்ல என்பதை உணர்த்தி நிற்கிறது கவிதை.

பாப்லோ நெரூடாவின் இரு கவிதைகளை மொழி பெயர்த்திருக்கிறார் தி.க.சி.

குளிர்மிகுந்த என் சின்னஞ்சிறு நாட்டின்
வேர்களைக் கூட நான் நேசிக்கிறேன்
ஆயிரம் ஆயிரம் தடவை
சாக வேண்டியிருந்தாலும்
அங்கேயே நான் சாவேன்;
ஆயிரம் ஆயிரம் தடவை
பிறக்க வேண்டியிருந்தாலும்
அங்கேயே நான் பிறப்பேன்;
நெடிய பைன் மரங்களுக்கு அருகே
தென்றல் காற்று புயலாகச் சீறும்போது,
புதிய மணிகள் முழங்கும் போது...

சர்வாதிகாரம் எதிர்த்து அயலகச் சூழலில் வாழ நேர்ந்த பொழுதுகளில் நெரூடா பாடிய கவிதை இது.

தி.க.சி. எழுதி கிடைத்தவற்றில் இரு கவிதைகள் தவிர்த்து எல்லாமே 1947க்கு முன் எழுதப்பட்டவை. அக்காலச் சமூகச் சூழலும், இலக்கியச் சூழலுமே அவர் கவிதைப் பதிவுகளில் காணக்கிடைக்கின்றது.

'தூரப்போ' என்றொரு கவிதை. கவிக்குயில் மலர், 1946ல் வெளிவந்தது. யாரைத் தூரப்போ என்கிறார் தி.க.சி.

பணக் கொழுப்பால்
தலை கொழுத்து
நிணக்குருதி வற்றிவிட்ட
பணமூட்டை தூரப்போ!
....
....
கால்மேலே கால்போட்டு
கையில் மதுக்கோப்பையுடன்
மேனியிலே மெலிவின்றி
மெத்தையிலே உருளுகின்ற
முதலாளி தூரப்போ!

சமூகத்தை, ஏழை எளியோரை உறிஞ்சிப் பிழைக்கின்ற பணமூட்டை முதலாளிகளைத் தூரப்போ! என்கிறார். ஏன்? அவர்கள் கையில் மதுக்கோப்பை! நெஞ்சில் ஈரம் இல்லை! தலையில் கொழுப்பு! தறிகெட்ட தனங்கள்! தி.க.சி. மிகச் சரியாகவே சமூகத்தைப் புரிந்து இக்கவிதையைப் படைத்துள்ளார்.

ஜனவரி 1975ல் சதங்கை இதழில் வெளியான 'விசிறிக் காம்பும்..!' கவிதை, தி.க.சி.யின் பிற்காலக் கவிதைத் தன்மைகளுக்குச் சான்றாய் அமையும்.

'கவிதை என் கைவாள்'
என்றான் ஒரு தமிழ்ப்பாட்டாளி;
'முதுகைச் சொறிந்து கொள்ள
உதவும் விசிறிக் காம்பு'
என்கிறான், பாங்கன்;
அதுவும் நன்று
ஆயின்
'வல்லவனுக்குப் புல்லும்
ஆயுதம்' என்றொரு
வார்த்தையுண்டு
வீரமும் மானமும்
ஒருவனுக்கிருந்தால்
விசிறிக் காம்பும்
ஆயுதமன்றோ
சுவாமிமலை வாழ் சாமிநாதனே!

கலை கலைக்காகவா? கலை மக்களுக்காகவா? என்று விவாதங்கள் மேலெழும்பியச் சூழலில் படைக்கப்பட்டக் கவிதை. புதுக்கவிதைத் தன்மையுடன் அமைந்துள்ளது சிறப்பு.

1946, கவிக்குயில் மலரில், வெளியான 'அங்கே!' எனும் கவிதை தி.க.சி.யின் புகழ்பெற்ற கவிதையாக அமைந்தது.

சாக்கடைச் சோற்றை
யாம் உண்கிறோம்;

அங்கு
சர்க்கரைப் பொங்கலை
ஜமாய்க்கிறார்! – எனத்தொடங்கி

கூழுக்கு விதியின்றி
அலைகையில் – அங்கே
கோப்பையில் சாராயம்
ஓடுது!
ரத்தத்தை– எங்கள்
அருமைக்குழந்தை
குடிக்கையில்
'ஆர்லிக்சு' மாவுக்கு
அலைகிறார்; அதற்கு
ஆயிரம் பேரு சிபாரிசு! – எனத் தொடர்ந்து

'இல்லாத சாதி' என்றிகழ்ந்திடல் இனி
நில்லாது எங்கள்
கைச்சுத்தியல்!! – என முடிக்கிறார்.

சமூக அவலங்களைக் கவிதை முரண்களாக்கி அடுக்கிச் சொல்கிறார். கூடவே தீர்வாக 'கைச்சுத்தியலை' குறியீடாக முன்வைக்கிறார்.

தி.க.சி. தம் இதழியல் தொடர்புகளால் கவிதைகள் எழுதினார். அவற்றைச் சேகரித்து வைக்கக் கூட எண்ணவில்லை. புதுமைப்பித்தனின் இறுதிக் கால நண்பர் திருவனந்தபுரம் எஸ். சிதம்பரம். இவர்தான் 'கவிக்குயில்' என்ற பெயரில் இலக்கிய மலர்களை வெளியிட்டார். 'கவிக்குயில்' பெயரிலேயே சில புத்தங்களையும் பதிப்பித்தார். இவர் தி.க.சி.யின் கவிதைகளுக்கு 'மின்னலுக்கு...' எனப் பெயர் சூட்டி விரைவில் வெளிவரும் எனவும் அறிவித்தார். தி.க.சி.க்கு இதில் அவ்வளவாக ஈடுபாடில்லை. மேலும் சமகாலக் கவிதைப் போக்கை ஒரு திறனாய்வாளராக உணர்ந்தவராக இருந்தார் தி.க.சி. தம் கவிதை வாழ்வு குறித்து தி.க.சி. இப்படிப் பதிவு செய்கிறார்.

"கிராம ஊழியனின் கௌரவ ஆசிரியராக கு.ப.ரா. இருந்த

காலத்திலேயே என்னுடைய கவிதைகள் பல அதில் பிரசுரமாயின என்பதில் எனக்குப் பூரிப்புதான். ஆனால் சில காலத்திலேயே 'கவிஞன்' என்கிற பட்டப் பெயரை இழக்க வேண்டிய முடிவை நானே மேற்கொண்டேன். காரணம், கலைவாணன் எனும் கவிஞனின் அற்புதக் கவிதைகளே. திருச்சி, திருவானைக்காவில் இருந்து எழுதிக் கொண்டிருந்த அவரது இயற்பெயர் அப்புலிங்கம். இப்பேர்ப்பட்ட கவிஞனின் கவிதைகளை கிராம ஊழியனில் தொடர்ந்து படித்த பிறகு, நாம் வேறு துறையை இலக்கியத்தில் தேர்ந்தெடுப்பதே புத்திசாலித்தனம் என்ற முடிவுக்கு நான் வந்து விட்டேன். இதைத்தான் தமிழ் இலக்கியத்திற்குக் கிடைத்த அதிஷ்டம் என்று நான் கூறுவேன். அந்த வகையில், தமிழ்க் கவிதை பிழைத்து விட்டது என நீங்கள் தாராளமாக எண்ணிக் கொள்ளலாம். கவிஞன் என்கிற பட்டப்பெயரை அன்றோடு இழக்கவேண்டிய முடிவை மேற்கொண்டேன்".

இது தி.க.சி. தன் மதிப்பீட்டுடன், நகைச்சுவை ததும்ப வெளிப்படுத்தும் நிகழ்வு. வளர்ந்து விட்ட பின்னர் பிம்பங்களைச் சுமந்து அலையும் படைப்பாளிகள் நடுவே தி.க.சி. நற்பண்பால் உயர்ந்து நிற்கிறார். தம்மைவிட ஒரு சிறந்த படைப்பை, படைப்பாளியை இதைவிட எப்படி மெச்சமுடியும். அதுதான் தி.க.சி.

குறைந்த அளவே கவிதைகள் எழுதி இருந்தாலும் உருவத்திலும், உள்ளடக்கத்திலும் சமகால உணர்வுடனும், தம் கருத்துச் சார்பை விடாமாலும் கவிதைகள் படைத்தவர் தி.க.சி. என மதிப்பிடலாம்.

3

வேலை கிடைத்தது

தி.க.சி. புனைவிலக்கியத்தில் ஈடுபாடு கொண்டவராக இருந்தார். அவரின் முதல் கதை வெளியான அனுபவத்தை இப்படிக் கூறுகிறார்.

"சமூகத்தின் விளிம்புநிலை மக்களின் மீதும் அவர்களது அன்றாட வாழ்க்கையின் மீதும் ஒரு வித இரக்கமும் கருணையும் எனக்குள் சிறு வயது முதலே எப்போதுமே இருந்து வருவதுண்டு. அப்போது எங்களது வீட்டில் வேலை பார்த்து வந்த வண்டிக்காரர் ஒருத்தர் தனது அன்றாட குடும்ப அவலங்களை என்னிடம் பேசிவிட்டுப் போன பிறகு, மனித வறுமையையும் துயரங்களையும் பற்றி நிறைய யோசிக்க ஆரம்பித்தேன். பிறகு அதை அப்படியே ஒரு நடைச்சித்திரமாக எழுதி, வண்டிக்காரன் எனத் தலைப்பிட்டு வல்லிக்கண்ணனிடம் கொடுத்து வந்தேன். வாங்கிப் படித்துப் பார்த்தார். நல்லாயிருக்கு, நல்லாயில்லை என்று எதுவும் சொல்ல வில்லை. அப்படியே வாங்கி வைத்துக்கொண்டார். சில நாட்கள் கழித்து, அக்கதை நாரணதுரைக்கண்ணனை ஆசிரியராகக் கொண்டு செயல்பட்டு வந்த பிரசண்ட விகடனில் பிரசுரமாகியிருந்தது. வல்லிக்கண்ணன்தான் அக்கதையைப் பிரசண்ட விகடனுக்கு அனுப்பி வெளியிடச் செய்திருந்தார்".

இக்கதை வெளிவந்த ஆண்டு 1942. தொடர்ந்து கிராம ஊழியன், காலமோகினி, ஹனுமான், இந்துஸ்தான், அஜந்தா முதலிய இதழ்களில்

எழுதத் தொடங்கினார். ஏழு கதைகள் எழுதியிருப்பதாக தி.க.சி. கூறுவார். அவர் 'துருவன்' எனும் புனைப்பெயரில் 1949 - 'சக்தி' சுதந்திர மலரில் எழுதிய 'ஏழணா' சிறுகதை பலராலும் பாராட்டப்பெற்றது.

சிறுகதையின் இலக்கணங்கள் பொருந்திய கதை. வங்கியில் காசாளராகப் பணியாற்றும் ஒருவரை, மதிய வெயிலில் வேண்டிய வாடிக்கையாளர் ஒருவருக்குப் பணம் கொடுத்து வர அக்கவுண்டண்ட் கட்டளையிடுகிறார். ஐம்பதாயிரம் பணம். பாதுகாப்புக் கருதி உதவியாளரையும் உடன் அனுப்புகிறார். உடன் வந்தவர் ரிக்ஷாவில் செல்லலாம் என்கிறார். காசாளர் மறுத்துவிட்டு டிராமிலே போகலாம். ஏன் வீண்செலவு என்கிறார். இவருக்கும் கடும் பசி. களைப்பு. ஆளுக்கு ஒரு காபி சாப்பிடுகிறார்கள். அவரிடம் 'ஏழணா' மட்டுமே உள்ளது. திரும்பி வந்து, செலவுச் சீட்டு எழுதி ரிக்ஷாவிலே சென்றதாக 'ஏழணா' தருகிறார் (காபிக்கும் சேர்த்து). அக்கவுண்டண்டோ உடன் போன உதவியாளரை விசாரித்து, டிராமில் போனதை உறுதி செய்கிறார். 'மூன்றணா' மட்டுமே தரமுடியும் என்கிறார். ரிக்ஷாவில் போகாமல் மிச்சம் பிடித்ததையும், காபி சாப்பிட்டதையும் கூறியும் மசியவில்லை. வீட்டில் காய்ச்சலில் கிடைக்கும் பிள்ளைக்கு ஆரஞ்சு வாங்க வைத்திருந்தது அந்த ஏழணா. கோபமாக ஏழணா செலவைத் தானே ஏற்கிறார். அலுவலகத்தில் உள்ளோர் எல்லோரும் அனுதாபப்படுகிறார்கள். வீட்டுக்குத் திரும்பும் போது ஒரு ரிக்ஷாக்காரன் தனக்கு அரையணா கூலி தராத செல்வந்தனைத் திட்டிச் சண்டையிட்டு வெற்றி பெறுவதைப் பார்க்கிறார். வீட்டில் பிள்ளை ஆரஞ்சுக்காகப் பையைத் துழாவுகிறது. இவர் கையைப் பிசைகிறார். மனைவியிடம் நடந்ததைச் சொல்கிறார். அவரோ, அந்த ரிக்ஷாகாரனுக்கு உள்ள துணிவு, உரிமை கோரல் உங்களுக்கு இல்லையே எனச் சுட்டிக்காட்ட, அதை ஒப்புக் கொள்கிறார். கச்சிதமான வார்த்தைகளில் செறிவுடன் புனையப்பட்ட நல்ல சிறுகதை. அவரின் ஏனைய கதைகள் கிடைக்கவில்லை.

1950களில் சிறுகதை, நாவல்களுக்கு இணையாக நாடகங்கள் வரவேற்பைப் பெற்றன. இலக்கிய இதழ்கள் நாடகங்களை வெளியிட்டன. பெரிய எழுத்தாளர்கள் பலரும் நாடகங்களைப் படைத்தார்கள். ஏறக்குறைய சிறுகதைகள் போலவே நாடகங்களை எழுதினார்கள் எனலாம்.

தி.க.சி.யின் இளமையும் முதுமையும், திருட்டு, பற்றுவரவு, வேலை கிடைத்தது ஆகிய நான்கு நாடகங்கள் வே. முத்துக்குமாரால் தொகுக்கப்பட்டுள்ளன.

'இளமையும் முதுமையும்' நாடகம் முதுமையின் அவலத்தைச் சுட்டுகிறது. மனைவியை இழந்த 'பெரியபிள்ளை' என்கிற சங்கரன் பிள்ளை சாவை எதிர்நோக்கிக் காத்திருப்பவர்.

அவருடைய மகன் பொன்னுசாமிக்குத் தாலுகாபிஸில் வேலை. மருமகள் மீனா அலங்காரப் பிரியை. அலுவலகம் விட்டு மாலை வீடு திரும்பிய பொன்னுசாமியுடன், மீனாவின் குதூகலப் பேச்சும், தாம்பத்ய உறவும் அரங்கேறுகிறது.

இரவு பெரிய பிள்ளை வருகிறார். மகனை எங்கே எனக் கேட்கிறார். இன்னும் வரவில்லை எனப் பொய் சொல்லுகிறார் மருமகள். சாப்பிட அடை இருக்கிறது என்கிறாள். அவருக்கோ அது ஜென்ம விரோதி. காசு இருந்தால் தா, வாழைப்பழம் வாங்கி சாப்பிடுகிறேன் என்கிறார். உங்கள் பிள்ளைதான் வரவில்லையே. காசு இல்லை என்கிறாள்.

"இந்த மாதிரிப் பிள்ளைகளைப் பெத்த வயத்திலே பிரண்டையைத் தான் கட்டிக்கிடணும். பொண்டாட்டியைக் கண்டிச்சால்லா பிள்ளைகள்? அதுதான் அப்பனை மறந்துட்டு அவகிட்டே தோப்புக்கரணம் போடுதுகளே! கிழடாய்ச்சுன்னா இந்தக் கதிதான். அப்பா ... மயக்கமா வருதே. வயித்தை என்னமோ பண்ணுதே! முருகா... சண்முகா...! வயிற்றைப் பசி பிறாண்டவே படுக்கை விரிக்காமல் அப்படியே சாய்கிறார். புலம்பல் நின்று விடுகிறது".

உள்ளே, கணவனும் மனைவியும் ஆரஞ்சுப்பழத்தைச் சுவைக்க ஆரம்பிக்கிறார்கள். (கிராம ஊழியன், ஜூன் *1 - 16, 1944*)

இன்றைக்கும் பெரும் சிக்கலாக உள்ள முதியோர் நிலையை மிக இயல்பாகப் பதிவு செய்துள்ளார் தி.க.சி.

'திருட்டு' என்றொரு நாடகம். அப்பா, அம்மா, குழந்தை மூன்று பேர்தான். அப்பா அலுவலக வேலை. குழந்தை பொம்மை கேட்டு அழுகிறது. மேல் வீட்டுக் குழந்தைகளோடு விளையாடிய குழந்தை

மரப்பாச்சிப் பொம்மையை எடுத்து வந்து விடுகிறது. அவர்கள் 'திருடி' எனத் திட்ட, அம்மா குழந்தையை அடிக்கிறாள். குழந்தைக்குப் பொம்மையோடு வீட்டுக்கு வரும் அப்பா, மனைவியின் குற்றச்சாட்டை மறுக்கிறார்.

"குழந்தையுலகத்திலே 'உன்னுடையது என்னுடையது' என்ற பித்தலாட்டங்கள் கிடையாது. தெரிகிறதா?" என்கிறார்.

மனைவியோ - குழந்தைக்குப் பொம்மை வாங்கி வந்தீர்களே... அதுவா அவசரம் தயிர்க்காரிக்கு காசு கொடுக்கனுமே... என சட்டைப் பையைத் துழாவுகிறாள். ஒன்னேகால் ரூபாய்தானா? தினசரி இரண்டு ரூபாய்க்குக் குறையாதே? என்கிறார்.

"எவனோ ஏழை விவசாயின் துட்டு இது. கள்ளத்தனமாக நெல்லைக் கடத்தப் பார்த்தானாம். சேவகர்கள் பிடித்துக்கொண்டு வந்தார்கள். அவனிடம் வழிப்பறிக் கொள்ளை போட்டதில் எனக்கு ஒண்ணேகால் ரூபாதான் கிடைத்தது. நெல்லாவது அவனுக்கு மிஞ்சியதோ என்னமோ? படித்துப் பட்டம் பெற்று வேலையிலிருப்பவன் நெஞ்சறிந்து லஞ்சம் வாங்கி விடுகிறான்.

நீ அதைச் சந்தோஷமாக ஏற்றுக் கொள்கிறாய். அவனை பிறர் எப்படிச் சொல்லுவார்கள்? நீ எப்படி சொல்லுவாய்? அவன் உன் புருஷனா? திருடனா?" என்கிறார் அவர். (அவள் பேசவில்லை. பேசமுடியவில்லை...!) என நாடகம் முடிகிறது. (கிராம ஊழியன், அக்டோபர் 16 -31,1945)

அதீத அன்பினால் பொம்மையை எடுத்து வந்த பொழுது அதைத் திருட்டு என்று கண்டித்தத் தாய், மௌனமாகிறாள். அந்த அப்பா மனசாட்சியோடு உண்மையை உணர்த்துகிறார். தலைப்பு 'திருட்டு' மிகப் பொருத்தம். சுய விமர்சனம் செய்யும் அற்புதமான நாடகம்.

அடுத்து 'பற்று வரவு' நாடகம். நண்பர்கள் இருவருக்குள் நடக்கும் உரையாடல். திருமணம் குறித்தது, மாமன் மகளைத் திருமணம் செய்ய விரும்பும் மூர்த்தி, தன் நண்பன் சபாபதியிடம் ஆலோசனை செய்கிறான். சபாபதியோ பணத்தின் முக்கியத்துவத்தைக்கூறி காதலைவிட திருமணத்தின் பொருள்மதிப்பை உணர்த்துகிறான்.

"குசேலனையாவது கண்ணன் காப்பாற்றியதாகப் புராணம் கதைக்கிறது. உன்னைக் காப்பாற்ற எந்தக் கழுதையும் வராது. இல்வாழ்க்கை தரித்திரத்தில் தத்தளிக்கும் போது காதல் எங்கே? கவிதை எங்கே? கனவு எங்கே? வாழ்க்கை கலகத்திலும் அடிபிடியிலும் புரோநோட்டு எழுதுவதிலும் தேய்ந்துவிடும். இன்பம் ஏட்டளவில் தான்!

....

....

என்ன செய்வாயோ எனக்குத் தெரியாது. அதெல்லாம்! வாழ்க்கையே பற்றுவரவில் தான் சுழலுகிறது. உலகத்து இன்பமெல்லாம் பற்று வரவில் தான் அடங்கியிருக்கிறது தம்பி!" (கிராம ஊழியன், ஆகஸ்ட் *1 - 15, 1946*)

திருமணங்கள் ரொக்கத்தில் தீர்மானிக்கப்படும் சூழலை விளக்குவதுடன், திருமண வாழ்க்கைக்கு அன்பு மட்டும் போதாது. பொருளாதாரமும் வேண்டும் என்பதை நாடகம் வலியுறுத்துகிறது.

தி.க.சி.யின் நாடகங்களில் மிக்க வரவேற்பைப் பெற்றது "வேலை கிடைத்தது" வேலை தேடும் இளைஞன் மணி. அவனுடைய அக்கா மரகதம், பணக்காரனுக்கு வாழ்க்கைப் பட்டு, அவன் தீரா வியாதியில் சாக, மனநோயாளியாக இருக்கிறாள். கூட அப்பாவும். எஸ்.எஸ்.எல்சி. பாஸ் செய்தவன். எங்கும் வேலை தேடி கிடைக்காமல் பட்டணம் வருகிறான். தன் ஊரைச் சார்ந்த எழுத்தாளர் செல்லையாவைப் பார்க்கிறான். செல்லையா அவன் அக்கா மரகதத்தை நேசித்தவர். காதல் கைகூடாமல் போக, பிரம்மச்சாரியாக வாழ்பவர். இருவரும் உரையாடுகின்றனர். மணி தான் வேலைக்குச் சென்றே ஆக வேண்டிய நிலையை உணர்த்துகிறான். தன் தாத்தாவின் உதவியில் படித்துப் பேராசிரியராக உள்ள கனகசபாபதி அருகில் இருப்பதை மணி, செல்லையா விடம் விசாரித்தறிகிறான். அவரிடம் உதவி கேட்க எண்ணுகிறான். பேராசிரியர் பற்றி நன்கு அறிந்த செல்லையா சொன்னதைக் கேளாமல் அங்கு செல்கிறான். அந்தச் சூழலும், பேராசிரியரின் அகந்தையும், மணியை அடித்துப் போலீஸில் பிடித்துக் கொடுக்குமளவுக்கு வன்மமும் நடக்கிறது. மழையில் நனைந்தபடி தப்பிப் பிழைத்து செல்லையாவிடம் வருகிறான். நடந்ததை விலாவாரியாகச்

சொல்கிறான். அழுது புலம்புகிறான். நம்பிக்கை இழந்து பேசுகிறான். செல்லையா அவனைத் தேற்றுகிறார்.

“சீ! அசடு! வா ... போகலாம்; நீ அடிக்கடி உணர்ச்சிவசப் படுகிறாய் மணி. இதை நான் கண்டித்தால் என்னைத் துறவி என்று கேலி செய்கிறாய். நாம் இருவருமே துறவிகள் அல்ல; நாம் வாழ்க்கையை விரும்புகிறோம். ஓர் ஒளிமிகுந்த, சாந்திமயமான, வளம் நிறைந்த எதிர் காலத்திற்காகவே நாம் இருவரும் கைகோர்த்துப் பாடுபடுவோம். ம்... எழுந்திரு. முகத்தைக் கழுவிக்கொண்டு புறப்படு” என்கிறார்.

மணியை ஓய்வில் விட்டு விட்டு, வெளியே சென்று திரும்பும் செல்லையா, இருட்டறையில் மணியைப் பார்த்து விளக்கைப் போடுகிறார். (இரகசியக்குரலில்) ‘மணி, எழுந்திரு, உனக்கு வேலை கிடைத்து விட்டது’ என்கிறார்.

‘மங்களபவனில் பில்போடும் வேலை. சாப்பாடு போக மாதம் பத்து ரூபாய் சம்பளம்’ என்கிறார். மணி, செல்லையாவின் கால்களைக் கட்டிக் கொண்டு அழுகிறான். ....

‘என் அக்காளையும், அப்பாவையும் இங்கு கூட்டி வரப்போகிறேன் சம்மதமா?’ என்கிறான் மணி. ‘சம்மதம் ராசா, சம்மதம்’ என்கிறார் செல்லையா (சாந்தி ஆண்டு மலர், 1955).

மனித மன உணர்வுகளை நுட்பமாகக் காட்சிப்படுத்தும் நாடகம். காதல், காதல் தோல்வி, வாழ்க்கைத் தோல்வி, வேலையில்லாத் திண்டாட்டம், நன்றி கெட்டத் தனம், வாழ்வின் மீதான நம்பிக்கை - வாழ்வியல் சிக்கல்கள் அதற்கானத் தீர்வுகள் என ஒரு நாவலுக்குறிய கதைத் தன்மையோடு அமைந்த நாடகம். கூர்மையான உரையாடல், எள்ளல், நகைச்சுவைத் தன்மை ஆகியவை சீராய் நாடகத்தை நடத்திச் செல்கின்றன. தி.க.சி.யின் படைப்பு மனதின் வெளிப்பாட்டுக்கு இந் நாடகத்தைச் சான்று காட்டலாம்.

4

வணங்காமுடி

தி.க.சி. பதின் வயதுகளிலிருந்தே இசையில் அதிகம் ஈடுபாடு கொண்டவராக விளங்கினார். அதே போல திரைப்படங்கள் பார்ப்பதிலும் ஆர்வம் கொண்டவராக இருந்தார். தமிழ்த் திரைப்படங்கள் மட்டுமல்ல ஆங்கிலம், இந்தி, மலையாளம், கன்னடம் ஆகிய மொழிப்படங்களையும் இரசித்துப் பார்ப்பார்.

1953 ஆம் ஆண்டு வெளியான பராசக்தி திரைப்படத்தைப் பார்த்த தி.க.சி. சிவாஜிகணேசனின் நடிப்பாற்றலையும் கலைஞர் மு.கருணாநிதியின் எழுத்தாற்றலையும் வியந்து பாராட்டியுள்ளார். 'பராசக்தி' திரைக்கதை வசனம் புத்தகத்தையும் வாங்கிப் படித்துள்ளார். தொடர்ந்து திரைப்படங்களையும் அவற்றின் கலையியல் மற்றும் தொழில்நுட்பக் கூறுகளையும் விவாதித்து வெளிப்படுத்தி உள்ளார்.

தி.க.சி. தாம் திரை விமர்சனங்கள் எழுதியதன் பின்னணியை இப்படிப் பதிவு செய்கிறார்,

"நான் ஜீவாவின் இயக்கத்தில் ஒரு ஊழியனாக இருந்தநிலையிலும் கூட, எனது எழுத்துக்களுக்கு முழு சுதந்திரம் அளித்து 'கிராம ஊழியன்' பக்கங்கள் உனக்காகத் திறந்தே இருக்கின்றன. அதை நீ நன்கு பயன்படுத்திக்கொள். எந்த வேலையிருந்தாலும் கிராம ஊழியனுக்கு

எழுதி அனுப்பத் தவறாதே என்று கூறி என்னை எழுத வைத்தவர் வல்லிக்கண்ணன். இதன் காரணமாக அப்பொழுது வெளியாகிக் கொண்டிருந்த திரைப்படங்கள் குறித்த எனது விமர்சனங்களை "கிராம ஊழியனில்" தொடர்ந்து எழுதி வந்தேன். இக்கட்டத்தில் நிகழ்ந்த ஒரு முக்கியமான விஷயமொன்றை நான் குறிப்பிட்டுச் சொல்லியாக வேண்டும்.

அப்போது 'கிராம ஊழியனுக்கு' எஸ். எஸ். வாசனின் 'ஜெமினி ஸ்டுடியோ' விளம்பரங்கள் தொடர்ந்து கிடைத்துக் கொண்டிருந்தன. இவ்விதழின் வளர்ச்சிக்கு அது ஒரு முக்கிய வருமானமாகவும் இருந்தது. இந்த நிலையில், 'மங்கம்மா சபதம்' உள்ளிட்ட ஜெமினி தயாரித்த பல திரைப்படங்களைக் கிராம ஊழியனில் நான் விமர்சனம் செய்தேன். வல்லிக்கண்ணன் அவர்கள் எனக்குக் கொடுத்த எழுத்துச் சுதந்திரத்தை ஒட்டி, அந்தப் படங்களின் குறைகளைச் சற்று காரசாரமான வார்த்தைகளில் சுட்டிக்காட்டினேன். இதன் விளைவாக, 'கிராம ஊழியனுக்கு' தவறாமல் கிடைத்து வந்த ஜெமினியின் விளம்பரங்கள் நிறுத்தப்பட்டன. இதைப் பற்றி வல்லிக்கண்ணனோ, 'கிராம ஊழியன்' நிர்வாகமோ எள்ளளவும் கவலைப்படவில்லை. அங்கு என்னைப் போன்ற வளர்ந்து வருகின்ற இளம் எழுத்தாளனின் நியாயமான விமர்சனத்திற்கு உரிய கௌரவம் தரப்பட்டது (தி.க.சி. நேர்காணல்கள், ப. 147).

கிராம ஊழியன், சரஸ்வதி, சாந்தி, தாமரை ஆகிய இதழ்களில் தி.க.சி. திரை விமர்சனங்கள் எழுதி வந்தார். அரைப்பக்கம், ஒரு பக்கம் என்றில்லாமல் திரைப்படம் குறித்த ஆதியோடந்தமான விவாதக்களமாக இவரின் திரை ஆய்வுகள் அமைந்தன.

"African Lion, Living Desert படத்துக்கு எல்லாம் அப்பா ரத்னா டாக்கீஸிற்குக் கூட்டிப் போனார். சாந்தாராமுடைய 'ஜனக் ஜனக் பாயல் பஜே' படத்துக்கும் அப்பாதான் கூட்டிப் போனார். அதுவும் ரத்னா டாக்கீஸில்தான். அப்பாவுக்கு ரத்னா டாக்கீஸ் பிடிக்கும் போல" என்பார் வண்ணதாசன்.

"'சாந்தி' பத்திரிகையைத் தொ.மு.சி. நடத்தினார். அதுல தி.க.சி. எழுதின சினிமா விமர்சனம் பரவலாகப் பேசப்பட்டது. அதுலதான் அதாவது கேமரா ஆங்கிள், எடிட்டிங், லைட்டிங் பத்தியெல்லாம் தி.க.சி.

எழுதினார்". (தி.க.சி. எனும் ஆளுமை, ப. 147) என்பார் கி.ரா.

தி.க.சி. எழுதியவற்றுள் கிடைக்கப்பெற்ற 13 திரை விமர்சனங்களை வே. முத்துக்குமார் தொகுத்தளித்துள்ளார். லவங்கி, ஸ்ரீமுருகன், மங்கையர் திலகம், கடன் வாங்கிக் கல்யாணம், கூடி வாழ்ந்தால் கோடி நன்மை ஆகிய திரைப்பட விமர்சனங்களை 'துருவன்' என்கிற புனைப் பெயரில் எழுதி உள்ளார். மிஸ்ஸியம்மா, வள்ளியின் செல்வன், ரங்கோன் ராதா, சமய சஞ்சீவி, மக்களைப் பெற்ற மகராசி, வணங்காமுடி, மாயாபஜார், புதையல், சாண் ஏற முழம் சறுக்க ஆகிய திரை விமர்சனங்களை தி.க.சி. என்கிற பெயரிலேயே எழுதியிருந்தார்.

'லவங்கி' திரை விமர்சனம் இப்படி தொடங்குகிறது: முதலிலேயே சொல்லி விடுகிறேன்; ஜகதீஷ் பிலிம்ஸாரின் 'லவங்கி' ஒரு பச்சைப் பாடாவதி! ஏனென்றால்,

1. கதை : கடைசி வரை குழப்பமுள்ளதாய், அர்த்தமற்றதாயிருக்கிறது.

2. வசனம் : சமஸ்கிருதப் பதங்கள் நிறைந்து மணிப்பிரவாளமாயிருக்கிறது. தெலுங்கர்கள் வாயில் அகப்பட்டுத்திணறுகிறது.

3. பாட்டு : பொது ஜனங்களின் மனத்தைக் கவரும் ட்யூன்களோ அல்லது உயர்ந்த கர்நாடக சங்கீதமோ பூஜ்ஜியம்.

4. நடிப்பு : மிகைப்பட்ட நடிப்பு அல்லது மரக்கட்டைத் தோற்றம்; இயற்கை நடிப்பு இல்லை.

5. ஹாஸ்யம் : ஆபாசத்தில் மிதக்கும் கோமாளிக் கூத்து.

இப்படி விரிவாகச் செல்கிறது விமர்சனம்.

முடிவு என்ன? கச்சா பிலிமை கரியாக்கி விட்டார் ஜகதீஸ் பிலிம்ஸ் முதலாளி டைரக்டர் ஒய். வி. ராவ் (கிராம ஊழியன் 01.07.1946)

அடுத்து ஜுபிடரின் ஸ்ரீமுருகன் திரைப்படம் பற்றி எழுதியவர், இறுதியில்,

1. போட்டி போட்டு மினனல் வேகத்தில் புராணப்படமெடுத்தல்.
2. நடிக, நடிகையருக்கு போதிய ஒத்திகையோ, தொழில் நிபுணர்களுக்கு வேண்டிய அவகாசமோ கொடாதிருத்தல்.
3. தயாதாட்சண்யத்திற்கு அடிமையாகி பொருத்தமும் திறமையும் அற்ற நடிகர்களையும், டெக்னீசியன்களையும், வசன கர்த்தாவையும் துணை கொள்ளல்.
4. வெற்றியடைந்த படங்களிலுள்ள நல்ல அம்சங்களை களவு செய்து காசு சேர்க்க முயலுதல்.
5. பணம்தான் பிரதானம், கலையை 'கையாலாகாத' விமர்சகர்களைத்தவிர வேறு யார் கவனிக்கிறார்கள் என்ற பணத் திமிர்.
6. 'படம் பார்ப்பவர்கள் முட்டாள்கள்' என நினைக்கும் முட்டாள் தனம். (கிராம ஊழியன் : 01.11.1946)

இப்படி காரசாரமாக தி.க.சி.யின் விமர்சனங்கள் அமைந்தன. குறைகளை மட்டும் சொல்வதாக அமையாமல் நிறைகளையும் கூறிப் பாராட்டுகிறார்.

"இந்தப் படத்தில் எல்லோருமே நன்றாக நடித்திருக்கிறார்கள். வேலைக்காரனாக வரும் சுப்பையாவும், வள்ளியாக வரும் சுந்தரிபாயும் உள்ளத்தை உருக்கும் வகையில் மிக அருமையாக நடித்துள்ளார்கள். அது போலவே மாஜி சிரஸ்தராக வரும் டி.எஸ். துரைராஜும், மூர்த்தியாக வரும் ஜெமினி கணேசனும், சிறுவர்களாக வரும் முரளியும், பாபுஜியும் அருமையாக நடித்திருக்கிறார்கள். மனித குலத்திற்கே விரோதமான மால்தூஸியக் கொள்கைகளைக் குடும்பக்கட்டுப்பாடு என்ற பெயரால் சர்க்காரே பிரசாரம் செய்து வரும் நாளில், சிரஸ்தாராக வரும் துரைராஜ் அந்தக் கொள்கைகளை ஹாஸ்யரசம் ததும்ப, தாக்கித்தகர்த்துப் பேசுவதும் பாராட்டத்தக்கதாய் உள்ளது.

கண்கவரும் காதல் காட்சிகளோ, கருத்தைக் கவரும் அடுக்கு மொழி வசனங்களோ இன்றி உண்மையிலேயே கண்ணையும் கருத்தையும் கவர்கின்ற சிறந்த சிருஷ்டி 'வள்ளியின் செல்வன்' தமிழ்

மக்கள் அனைவரும் பார்த்து அனுபவிக்க வேண்டிய படம் அது".
(சாந்தி, மார்ச் 1955)

தி.க.சி. திரை விமர்சனங்களை நேர்மையோடும், கலைப் பார்வையோடும் எழுதினார். திரைப்படம் தானே என்ற அலட்சியம் துளியும் இல்லை. அன்றைய இதழ்ச் சூழலும் அப்படி இருந்தது. படம் குறித்து ஒருவித முழுமைப் பார்வையை அவரது விமர்சனங்கள் முன்வைத்தன.

'வணங்காமுடி' திரைப்படம் குறித்து, "'வணங்காமுடி' என்றால் அவன் கடைசி வரை வணங்காமுடியாக இருக்க வேண்டும். இடைவேளைக்கு முன்பே அவன் தலையைத் தொங்கப் போட்டு விடுகிறானே? என்ன அசட்டுத்தனம்? 'வணங்காமுடி' என்னும் கதாபாத்திரத்தின் படைப்பைப் பொறுத்தே படத்தின் வெற்றி தோல்வி இருக்கிறது. முக்கிய கதாபாத்திரம் மூளியாக இருக்கும் பொழுது படம் எப்படி வெற்றி பெறும்?" (சரஸ்வதி : மே 1957)

இளம் தி.க.சி.யின் ஒரு வித எள்ளல் எழுத்தாக இது அமைகின்றது.

சரஸ்வதி, ஜனவரி 1958, இதழில் 1957 ஆம் ஆண்டு வெளிவந்த திரைப்படங்கள் பற்றிய ஒரு மதிப்பீட்டை வைக்கிறார். "சாண் ஏற, முழம் சறுக்க..." என்னும் தலைப்பில்.

இவ்வாண்டில் இறுதிவரை சுயமான தமிழ்ப்படங்கள் இருபத்து எட்டும், டப்பிங் படங்கள் பதிமூன்றுமாக மொத்தம் 41 படங்கள் திரையிடப்பெற்றுள்ளன. புராணப்படங்கள், சமூகப்படங்கள், 100 நாட்கள் ஓடிய படங்கள் என்றெல்லாம் வகை, தொகைப்படுத்தி எழுதுகிறார். மக்கள் எதை விரும்புகிறார்கள், மக்களின் ஆதரவு எத்தகைய திரைப்படங்களுக்கு உள்ளது என்பதையும் சுட்டுகிறார்.

"சிக்கல் இல்லாத கதையும், உணர்ச்சிமிக்க நடிப்பும், செவிக்கினிய பாடல்களும் உள்ள எந்தப் படத்தையும் (அது மாயாபஜாராக இருக்கட்டும், எங்கள் வீட்டு மகாலெட்சுமியாக இருக்கட்டும் அல்லது கற்புக்கரசியாக இருக்கட்டும்!) பெருவாரியான தமிழ் மக்கள் பெரிதும் விரும்புகின்றனர் என்ற முடிவுக்குத்தான் நாம் வருகிறோம். பெருவாரியானோரின் தீர்ப்பை நீங்களும், நானும் ஏற்காமல் இருக்கலாம்;

ஆனால் இதுதான் நடைமுறை உண்மை; 1957 இது தமிழ்ப்பட வரலாறு கூறும் உண்மை".

சரி, 1958 இல் படங்கள் எப்படி இருக்கும்? தி.க.சி. எழுதுகிறார்,

எதிர்காலம்

"1958 இல் தமிழ்த்திரை உலகம் எப்படி இருக்கும்? இதற்கு ஜோஸ்யம் சொல்ல முடியாது! ஆனால் பொதுவாகப் பதில் கூறலாம்.

இவ்வாண்டைப் போலவே திரு. எஸ். எஸ். வாசனும், திரு. ஏ. வி. மெய்யப்பனும், திரு. ஸ்ரீராமுலு நாயுடுவும் இனியும் தமிழ்ப் படங்களைப் புறக்கணித்தால்,

* தமிழ்ப்பட முதலாளிகள் நட்சத்திரக் குவியல் முறையில் மோகம் கொண்டு, புது முகங்களுக்கு மேலும் வாய்ப்பு அளிக்காதிருந்தால்
* தமிழ்நாட்டிலுள்ள சிறந்த கதாசிரியர்களும், கலைஞர்களும் படத்தொழில் புகுந்து, இலக்கியத் திருடர்களையும் போலிகளையும் விரட்டும் சூழ்நிலை அமையாவிட்டால்

1957 ஆம் ஆண்டைப் போலவே, 1958 ஆம் ஆண்டிலும் சாண் ஏற, முழம் வழுக்கின கதையாகத் தமிழ்ப்பட உலகம் காட்சி அளிக்கும்".

இன்று போல் ஊடகப் பெருக்கம் இல்லாத காலம் அது. திரைப்படங்கள் தியேட்டர்களில் மட்டுமே கிடைத்தன. அதுவும் ஒரு சில இடங்களில் மட்டும். எனவே தான் திரைப்படப் பாடல் புத்தகங்கள், கதைப்புத்தகங்கள் ஏராளம் அச்சுப் பெற்றன. அது ஒரு சிறு தொழிலாகவே நடந்தது. இந்தப் பின்னணியில் திரைப்பட விமர்சனங்கள் முக்கியத்துவம் பெற்றன. விரிவான, முழுமையான திரைப்படத் திறனாய்வுகள் வெளிவந்தன. இலக்கிய இதழ்கள் திரைப்பட விமர்சனங்களுக்கு முக்கியத்துவம் அளித்தன. திரை விமர்சனங்கள், அறிமுகங்களுக்கான தனி இதழ்களும் அக்காலத்தில் தோன்றத் தொடங்கின.

தி.க.சி.யின் திரை விமர்சனங்கள் கிடைத்தவை குறைவுதான். அவரின் தொடக்கக்கால எழுத்தின் வீச்சை இவற்றில் காணலாம்.

இலக்கிய விமர்சனங்களை விட இவை சூடாகவும் சுவையாகவும் அமைந்தன.

தி.க.சி. திரை விமர்சனங்கள் எழுத 'சரஸ்வதி' இதழாசிரியர் வ. விஜய பாஸ்கரன் ஊக்கம் தந்துள்ளார். அதே நேரத்தில் தி.க.சி.யின் இலக்கிய வழிகாட்டிகளில் ஒருவரான 'ஆராய்ச்சி' இதழாசிரியர் நா. வானமாமலை திரை விமர்சனங்களைக் குறைத்துக் கொண்டு, இலக்கிய விமர்சனங்களை அதிகம் எழுதிட அறிவுறுத்தி உள்ளார். தி.க.சி. இலக்கியத் திறனாய்வுக் களத்தில் புகுந்துவிட்டார்.

தி.க.சி.க்குத் திரைப்படங்கள் மீதிருந்த ஈடுபாட்டை அவரே பதிவு செய்கிறார் :

தமிழின் ஆரம்பகால பேசும் திரைப்படங்கள் பலவற்றையும் பார்த்திருக்கிறேன். அந்தக் காலக்கட்டத்தில் 'சந்திரலேகா' வைக் கொடுத்த ஜெமினி எஸ்.எஸ்.வாசன் என்கிற தமிழர் இந்தியில் பறக்கவிட்ட கொடியை எண்ணி ஆச்சரியப்பட்டிருக்கிறேன். அப்போது வாரம் ஒரு திரைப்படம் பார்ப்பதை வழக்கமாக கொண்டிருந்தேன். 'ரத்னாவளி', எம்.ஜி.ஆரின் 'நாடோடிமன்னன்' ஆகியவை எனக்குப் பிடித்தமான திரைப்படங்கள். கலையும், கருப்பொருளையும் உள்ளடக்கிய அம்சத்தைப் பொறுத்த வரையில் சிவாஜிகணேசனுடைய படங்கள் தான் என்னைப் பெரிதும் கவர்ந்தன. 1953 வாக்கில் தீபாவளியன்று வெளியான 'பராசக்தி' யைப் பார்த்தவுடன் 'இப்படியும் ஒரு நடிகனா!' எனவியந்து போனேன். It was quite astounding. அதோடு அப்படத்தின் திரைக்கதை வசனப் புத்தகத்தை வாங்கி அடிக்கடி அப்படத்தின் வசனங்களைப் பேசிப் பார்த்திருக்கிறேன். 1960 க்குப்பிறகு கம்யூனிஸ்டுகளாக சேர்ந்து ஒரு படம் எடுத்தார்கள். நீங்கள் அதைப் பற்றி கேள்விப்பட்டிருக்கீங்களான்னு தெரியலை? படத்தினுடைய பெயர் 'பாதை தெரியுது பார்'. நிமாய் கோஷ் இயக்கியுள்ள இப்படத்திற்கு, ஆர். கே. கண்ணன் வசனமும், எம். பி. சீனிவாசன் இசையமைத்தும் இருந்தார். கே.சி.எஸ். அருணாசலம், ஜெயகாந்தன் போன்றவர்கள் எல்லாம் கூட இப்படத்தில் பங்களித்திருந்தார்கள். ஆனால் படத்திற்குதான் வெற்றிப் பாதை தெரியாமல் போய்விட்டது. அதே போல இந்தியில் மெகபூஃப், ஷியாம் பெனகல், ராஜ்கபூர் இயக்கிய படங்களை ரசித்துப் பார்த்திருக்கிறேன். பிந்தைய காலக்கிரமத்தில் வெளியான படங்களில் என்னைப்

பாதித்தவைகளாக ஸ்ரீதர், பாலசந்தர், பாரதிராஜா, பாலு மகேந்திராவினுடைய படங்களைக் குறிப்பிட்டுச் சொல்லலாம். நெஞ்சில் ஓர் ஆலயம், கல்யாணப்பரிசு, பாமா விஜயம், தண்ணீர் தண்ணீர், மூன்றாம் பிறை என நான் ரசித்துப் பார்த்தப் படங்களின் பட்டியல் சற்று நீளமானது. கோவணத்தைக் கட்டிக் கொண்டு 16 வயதினிலேவில் கமல் நடித்ததில் ஒரு Nativity (மண் வாசனை) இருந்தது இல்லையா? பிறகு எப்படி அதை ரசிக்காமல் இருக்கமுடியும். தியேட்டருக்குப் போய் கடைசியாக நான் பார்த்த திரைப்படம் ஞான ராஜசேகரன் இயக்கிய 'பாரதி'. (தி.க.சி. நேர்காணல்கள், பக். 162 - 163)

இலக்கிய வாசிப்பு போலவே, திரைப்படங்களைப் பார்ப்பது, திரை விமர்சனங்களைப் படிப்பது என்பதை தி.க.சி. தம் தொடர் பணியாக வைத்திருந்தார்.

5

சீனத்துப் பாடகன்

பொதுவுடைமை இயக்கங்களில் தொடக்கக்காலங்களில் ஈடுபட்டோர் பெரும்பாலும் மொழிபெயர்ப்பில் ஈடுபாடு கொண்டவர்களாக இருந்தனர். சர்வதேசிய, தேசியத் தொடர்புகளுக்குத் தாய்மொழியோடு பிற மொழியறிவும் அவசியமானதாக அமைந்தது. குறிப்பாக ஆங்கிலப் பரிச்சயம் மிகுந்தவர்கள் இயக்க வளர்ச்சிக்கு உதவ முடிந்தது. அவ்வகையில் நெல்லையில் தி.க.சி.யின் அறிவுத் தோழமைகளாக விளங்கிய நா.வானமாமலை, தொ.மு.சி. ரகுநாதன் போன்றோர் சிறந்த மொழி பெயர்ப்பாளர்களாக விளங்கினர்.

தி.க.சி. இளமையில் இலக்கியங்களைக் கற்றது போலவே, ஆங்கில நூல்களை வாசிக்கவும் பழகினார். அவர் பயின்ற நெல்லை மந்திரமூர்த்தி உயர்நிலைப்பள்ளி தரமான கல்வியைத் தந்தது. இவரின் தமிழ், ஆங்கில மொழியறிவுக்கு வித்திட்டது இப்பள்ளிதான். தொடர்ந்து இந்துக்கல்லூரி, சவேரியார் கல்லூரி படிப்பு துணை நின்றது. நூலகங்களில், தமிழ், ஆங்கில நூல்களைப் பெருமளவில் வாசித்தது இவருக்கு இரு மொழியாற்றலை உருவாக்கிற்று.

'சமரன்' இதழின் ஆசிரியரும் ஜூலியஸ் பூசிக்கின் 'தூக்கு மேடை குறிப்புகள்', கம்யூனிஸ் கட்சி அறிக்கை போன்றவற்றை மொழி பெயர்த்தவரும், புயல்வேக மொழிபெயர்ப்பாளர் என

அறியப்பட்டவருமான இஸ்மத்பாட்சாவுடன் தி.க.சி.க்கு ஏற்பட்டத் தொடர்பும் அவருக்கு மொழிபெயர்ப்பில் ஆர்வம் தந்தது எனலாம்.

தி.க.சி. மொழிபெயர்ப்புப் பணிக்கு வந்ததை மு.பரமசிவம் இப்படிப் பதிவு செய்கிறார் :

"இச்சமயத்தில் எதிர்பாரா விதத்தில் தி.க.சி.க்கு ஒரு வாய்ப்பு கிட்டியது. ராகுல்ஜியின் 'பொதுவுடைமை தான் என்ன?' 'வால்காவிலிருந்து கங்கை வரை' முதலிய நூல்களை மொழிபெயர்த்து வெளியிட்ட தமிழ்ப் புத்தகாலய நிறுவனர் திரு. கண. முத்தையா அவர்கள் தி.க.சி.யை அணுகினார். 'வசந்த காலத்தில்' (ஸ்டாலின் பரிசு பெற்ற சோவியத் நாவல்), 'சீனத்துப்பாடகன்', 'போர் வீரனின் காதல்' (சீன நாவல்கள்), 'எது நாகரிகம்?' (மாக்சிம் கார்க்கியின் கட்டுரைகள்) ஆகிய நான்கு மொழிபெயர்ப்பு நூல்களை (இரண்டு ஆண்டு காலத்தில்) தி.க.சி.யை மொழிபெயர்க்கச் செய்து, அடுத்தடுத்து வெளியிட்டு தி.க.சி.யை ஊக்கப்படுத்தினார். தி.க.சி.யை ஒரு மொழிபெயர்ப்பாளராக முதன்முதலில் இலக்கிய உலகிற்கு அறிமுகப்படுத்தி அவரின் இலக்கிய வாழ்வில் ஒரு திருப்பத்தை உண்டாக்கிய பெருமை, அண்மையில் அமரரான கண. முத்தையா அவர்களுக்கே உரியது". (தி.க.சி., திறனாய்வுத் தென்றல், ப. 62) "பிற நாட்டு நல்லறிஞர்கள் சாத்திரங்களைத் தமிழில் தர வேண்டுமென்ற எங்கள் ஆசைக்கு உறுதுணையாயிருந்து வரும் நண்பர் தி.க.சிவசங்கரன் அவர்கள், இந்நூலையும் சொல்லாட்சி மிக்க எளிய நடையிலே நன்கு தமிழாக்கித் தந்திருக்கிறார். அவருக்கு எங்கள் நன்றி" என்று தமிழ்ப் புத்தகாலயத்தார் நன்றி கூறி உள்ளனர்.

வசந்த காலத்திலே

இது 'Spring Time in Saken' எனும் நூலின் மொழிபெயர்ப்பு. எழுத்தாளர் ஜார்ஜ் குலியா எழுதி, ஸ்டாலின் பரிசு பெற்ற ருஷ்ய நாவல். ஸாகேன் எனும் சின்னஞ்சிறிய இடத்தை மையமிட்டு நிகழ்கிறது நாவல். வீரமிக்க மனித ஆளுமைப் பதிவாக இது விளங்குகிறது. 28 அத்தியாயங்களில் 168 பக்கங்களில் தி.க.சி. இதனை மொழியாக்கம் செய்துள்ளார். 1951 ஆம் ஆண்டு தமிழ்ப் புத்தகாலயம் வெளியிட்டது. தி.க.சி.யின் மொழிபெயர்ப்பு எளிய, இனிய நடையில் வாசகரைக் கவரும் வகையில் அமைந்திருந்தது.

அக்கால கட்டம் மொழிபெயர்ப்பு இலக்கியங்கள் மிகுந்த மதிப்புடன் பார்க்கப்பட்ட காலமாக இருந்தது. சோவியத் இலக்கியங்கள் பெருமளவில் வெளி வந்தன. விடுதலைக்குப் பின் இந்திய இலக்கியங்கள் குறிப்பாக தாகூர், வி.ஸ.காண்டேகர், பிரேம்சந்த் போன்றோரது எழுத்துக்கள் பெருமளவில் வரவேற்பைப் பெற்றன. ப.ராமசாமி, எஸ். ராமகிருஷ்ணன், பெ.நா. அப்புசாமி, வெ. சாமிநாத சர்மா, ஆர்.கே.கண்ணன், ரா.கிருஷ்ணய்யா, ஜெயகாந்தன், நா.வானமாமலை, தொ.மு.சி. ரகுநாதன், கு.அழகிரிசாமி, புதுமைப்பித்தன் போன்ற பலர் மொழி பெயர்ப்புத் துறையில் புகழ்க் கொடி நாட்டிய தருணமது.

போர் வீரன் காதல்

It happened at willow castle எனும் நூலை ஆங்கிலம் வழியாக தமிழில் 'போர் வீரன் காதல்' என தி.க.சி. மொழி பெயர்த்தார். 1950 இல் தமிழ்ப் புத்தகாலயம் இதனை வெளியிட்டது. உறுதியும் ஒழுங்கும் கட்டுப்பாடுமிக்க சீனத் தேசத்து செம்படையில் இராணுவ வீரர்கள் மத்தியில் நம்பிக்கையும் துளிர்விடுவதை எளிமையாக 78 பக்கங்களில் தி.க.சி. தருகிறார்.

"புகழ் பெறு முன்னே, பழுத்துக் கனிந்த ஆசிரியன்; தனக்கெனத் தனிநடை வகுத்துக் கொண்ட சுயம்பான கலைஞன்; மக்களின் எழுத்தாளன். இவரது கதைகளின் வெற்றி, தோழர் மா ஸே - துங்கின் இலக்கியக் கொள்கையின் வெற்றியாகும் என்கிறார் பிரபல விமர்சகரும், மக்கள் சீனத்தின் கலாச்சார உதவிப் பிரதம மந்திரியுமான செள - யாஜ். இதற்கு மேல் இவரைப் பற்றிக் கூறிவிடமுடியாது!" என்கிறார்.

நாவலை இப்படி முடிக்கிறார் தி.க.சி.

வயலிலும் வீட்டிலும்
எங்கணும் மகிழ்ச்சி!
முதியோர்க்கும் இளைஞர்க்கும்
யாவர்க்கும் இன்பம்!
ஏனெனில்! அவர்களை
இன்று ஏமாற்ற முடியாது
அவர்தம் இன்பக் குரலை

முழங்குதல் காணீர்!

இது நம்பிக்கையயூட்டும் எழுச்சி கீதமாக அமைகின்றது.

சீனத்துப் பாடகன்

Rhymes of Liyu-tasi என்ற நூலை 'சீனத்துப் பாடகன்' என்று தி.க.சி. மொழிபெயர்த்தார். இந்நூல் *1951* நவம்பரில் வெளிவந்தது. *75* பக்கங்களைக் கொண்ட இந்நூல் பற்றி தி.க.சி. ஒரு முன்னுரை எழுதி உள்ளார்.

"மா.ஸே.துங்கின் சீனத்தைப் பற்றி இன்று அறியாதார் ஒருவருமில்லை. மக்கள் சீனம் இன்று ஆசியாவின் ஜோதியாக, காலனி மக்களின் கலங்கரை விளக்கமாக நிற்கின்றது. சீனப்புரட்சியின் வெற்றி முழக்கம், அடிமைப்பட்டுக் கிடக்கும் ஆசிய மக்களின் விடுதலை ஆர்வத்தை உந்தித் தள்ளுகிறது; குறிப்பாக ஒவ்வொரு இந்தியனின் நாடி நரம்பையும் முறுக்கேற்றி, அவனது அவல வாழ்வை அகற்றத் தூண்டும் போர்ப்பறையாக விளங்குகின்றது. இன்று இந்திய மக்கள் நவ சீனத்தின் அரசியல், கலை, இலக்கியம் ஆகியவற்றை அறியத் துடிக்கின்றனர். இந்தத் துடிப்பின் விளைவாகவே நானும் இந்நூலைத் தமிழாக்கத் துணிந்தேன்" என தம் நிலையைச் சுட்டி, மூல நூலாசிரியர் குறித்த செய்திகளைத் தருகின்றார்.

முத்தாய்ப்பாக,

மாக்சிம் கார்க்கியின் கட்டுரைகள், காரல் மார்க்சின் இல்வாழ்க்கை முதலிய நூல்களையும் தி.க.சி. மொழிபெயர்த்தார். அவரின் மொழிபெயர்ப்பு நூல்கள் எதுவும் மறுபதிப்பு காணவில்லை. கண. முத்தையாவின் தமிழ்ப் புத்தகாலயத்திற்காக *1950 - 52* காலகட்டத்தில் மொழிபெயர்ப்பில் தி.க.சி. ஈடுபட்டார். *1953*க்குப் பின் அவர் இப் பணியைத் தொடரவில்லை. ஆனால் இந்த மொழிபெயர்ப்பு அனுபவத்தின் காரணமாகவே அவருக்கு சோவியத் செய்திப்பிரிவில் பணி கிடைத்தது. மிக விரைவாக மொழிபெயர்க்க வேண்டிய பணி. தி.க.சி. திறம்படவே இப்பணியைச் செய்தார். கால் நூற்றாண்டு காலம் நிர்வாகத்துக்கும் கசப்பு வராமல் அவருக்கும் கசப்பு நேராமல் மன நிறைவோடு அவர் பணியினைச் செய்ய அடிப்படையாக இருந்தது, அவருக்கு மொழிபெயர்ப்பின் மீது இருந்த நாட்டமே எனலாம்.

6

நாட்குறிப்பு இலக்கியம்

தி.க.சி.யின் 90 வது பிறந்தநாளை முன்னிட்டு அவர் 1948ல் எழுதிய நாட்குறிப்புகளைத் தொகுத்து சந்தியா பதிப்பகம் வெளியிட்டுள்ளது. வெளியீட்டு விழா மார்ச் 30 ல் நடத்திடத் தோழர்கள் திட்டமிட்டிருந்தார்கள். அதற்கு முன்பே 2014 மார்ச் 25இல் தி.க.சி. காலமானார். “அப்பா அது வெளிவந்ததைப் பார்த்தார். ‘வந்துட்டுதா’ என்று கையில் வைத்து சந்தோசப் பட்டார்” என்பார் வண்ணதாசன்.

தாம்கோஸ் வங்கியில் பணியாற்றிய காலத்தில் எழுதப்பட்டவை இந்நாட்குறிப்புகள். 1948 சனவரி 1 தொடங்கி 16 வரை 304 நாட்கள் அவர் எழுதிவந்தக் குறிப்புகளின் தொகுப்பு இது. 23 வயது இளைஞனின் இதயப்பதிவாக இது அமைந்துள்ளது. நூலின் முகப்பில் தி.க.சி.யே இப்படிச் சொல்கிறார். “1948இல் நானெழுதிய நாட்குறிப்புகள் ஒரு முதிரா இளைஞனின் இலட்சியத் தேடல்களையும், பல்வேறு உளநிலைகளையும், பலவீனங்களையும் ஓரளவுக்கு பிரதிபலிக்கிறது”. (ப. 20)

திராவிடர் கழக அன்பர் நடத்திய ‘தீப்பொறி’ என்னும் இதழிலிருந்து வல்லிக்கண்ணன் விலகினார் எனத் தொடங்கி (1948 சனவரி 1) தி.க.சி.யின் மூத்த மகள் ஜெயலட்சுமி பிறந்து, வீடு தொடும் விசேடம் நடப்பதுடன் நிறைவுறுகிறது (1948, நவம்பர் 16) இந்நாட்குறிப்பு.

இளைஞர்களின் வாழ்க்கைப்பதிவுகளாக இத்தொகுப்பு அமைந்துள்ளது. தி.க.சி.யின் திருநெல்வேலி வாழ்வின் தொடக்க கால நண்பர்கள் குறித்த ஆவணமாக இதனைக் கருதலாம். நண்பர்களின் படைப்புகள். இதழ்களில் வெளிவரும் படைப்புகள், திரைப்படங்கள், நூல்கள், பொழுதுபோக்குகள் எவ்வித புனைவுமின்றிப் பதிவாகி உள்ளன. தீராதப்பேச்சு, நண்பர்களோடு பயணம், குளக்கரைக் குளியல், திரையரங்குகள், பொதுக் கூட்டங்கள், திருமணங்கள், வீட்டு நிகழ்வுகள்... நாட்குறிப்பில் அதிகம் இடம் பெற்றுள்ளன. முக்கியமாக அப்பொழுது வெளிவந்த இதழ்கள், நூல்கள், திரைப்படங்கள் குறித்தப் பதிவுகள் சிறப்பானவை. விமர்சனமும் சுயவிமர்சனமுமாக பல இடங்களில் குறிப்புகள் உள்ளன.

பொது வாழ்வில் விருப்பமுள்ள இளைஞர்களின் ஆசைகளும், கனவுகளும், வீரதீரச் செயல்களுமாக இப்பதிவுகள் படர்கின்றன. நுட்பமான அறிவுத் தேடலும், கலை இலக்கிய ரசனையும் மிக்கவர்களாக தி.க.சி.யும் அவரது தோழர்களும் திகழ்வது இவர்களின் எதிர்கால வளர்ச்சிக்கு அன்றே கட்டியங் கூறுகின்றன.

தாம்கோஸ் வங்கியும், வங்கிப் பணியும், அதிகார வர்க்கக் குணங்களும் கூட இதில் இடம் பெறுகின்றன. முக்கியமாக இதில் இடம் பெறும் ஆளுமைகள் குறிப்பிடத் தகுந்தவர்கள். முகப்புரையில் தி.க.சி. இதனை இப்படிச் சொல்கிறார்.

"என்னுடைய பெருமதிப்பிற்குரிய சி.கி.ரி. ரத்தினசபாபதி உட்பட, இந்த நாட்குறிப்புகளில் இடம் பெற்றுள்ள பல இளைஞர்கள் சாதாரணமானவர்கள் அல்ல. என் நண்பர்கள் எல்லோருக்கும் தேர்ந்த கலை இலக்கிய ரசனை இருந்தது. பலர் படைப்பாளிகளாகவும் விளங்கினர். கவிக்குயில் எஸ். சிதம்பரம், பி. சோமாஸ்கந்தன், தி.ப. திருஞானசம்பந்தம் (தி.ப.தி.) ஆகியோர் வல்லிக்கண்ணன் நடத்திய கிராம ஊழியன் இதழில் சிறுகதைகள், கவிதைகள் படைத்து பிரபல எழுத்தாளர்களாக மலர்ந்தனர் என்பது குறிப்பிடத்தக்கது" (ப. 19). நெல்லை வட்டாரத்தில் அன்று கலை இலக்கியத் தொடர்பில் இருந்த அனைவரும் தி.க.சி.யோடும் தொடர்பில் இருந்தது பதிவாகி உள்ளது.

நாட்குறிப்பு முழுக்க அவர் வாசித்த இதழ்கள், படித்த தமிழ், ஆங்கில நூல்கள், இலக்கியங்கள் பிரம்மிப்பைத் தருகின்றன. அன்றாட

அலுவல்கள், அரட்டைகள், பிற பணிகள் ஆகியவற்றுக்கு ஊடாகப் படிக்க நேரம் ஒதுக்கி ஒரு முழு நேரப் படிப்பாளி போல தி.க.சி. படித்துள்ளதை வியக்காமல் இருக்கமுடியவில்லை.

அதே போல இசை கேட்பது, இசைக் கச்சேரிகளுக்குச் செல்வது, நாடகங்கள் பார்ப்பது, திரைப்படங்கள் பார்ப்பது... என ஒரு கலை வாழ்வே வாழ்ந்துள்ளார் என்பதை இந்நாட்குறிப்பு உணர்த்துகிறது. தொடர்ந்து கடிதங்கள் எழுதி வந்ததை இதில் உள்ள பதிவுகள் மெய்ப்பிக்கின்றன.

விதவிதமான நண்பர்கள், படித்தவர்கள், படிக்காதவர்கள், இலக்கியவாதிகள், வயதானவர்கள், சம வயதினர், இளையோர்... என பலதரப்பட்ட மனிதர்களோடு சங்கமித்து, நட்புப்பாராட்டி ஒரு சமூக மனிதனாக தி.க.சி. திகழ்வதை இந்த நாட்குறிப்புகள் உணர்த்துகின்றன.

நாட்குறிப்பு என்றால் அன்றாட வரவு - செலவு எழுதுவது என்றோ, சொந்தக்கதை சோகக்கதை என்றோ, கற்பனைக் குதிரையிலேறி வாள் சொடுக்குதல் என்றோ பொதுப்புத்தியில் பதிந்துள்ளவற்றைத் தூர ஒதுக்கித் தள்ளுகிறது தி.க.சி.யின் நாட்குறிப்பு. பிரெஞ்சிந்திய ஆளுகை. வரலாற்றுத் துளிகளைப் பதிவு செய்த ஆனந்தரங்கம் பிள்ளை போல தி.க.சி. சமகாலத் தமிழ்ச்சமூக வரலாற்றைப் பதிவு செய்ய முனைந்ததாக இதனைக் கருதலாம். ஒரு வேளை இந்த ஓராண்டு நாட்குறிப்பு போல அவர் தொடர்ந்து எழுதியிருந்தால் நிச்சயம் அது ஒரு கலை இலக்கிய வரலாற்றுக் கருவூலமாகத் திகழ்ந்திருக்கும்.

தி.க.சி. அக்காலத்தில் படைப்பிலக்கியத்தில் அதிக நாட்டம் கொண்டவராக விளங்கினார். கவிதை, சிறுகதை, நாடகம் எழுதும் முயற்சிகளில் இருந்தார். எனவே நாட்குறிப்பில் ஆங்காங்கே அழகியல் தெறிப்புகளைக் காணமுடிகிறது.

"வாழ்க்கை புதுமோட்டாரில் போவதைப் போல் அவ்வளவு சுகமானதல்ல" (ப.26)

"ஒரு தேர்ச்சக்கரத்தின் அளவு பூர்ணச்சந்திரன் இன்று ஒரு வீட்டுக் கூரையின் மேல் உதயமானான்" (ப. 38)

"இன்று ஆற்றுக்குளிப்பின் போது படித்துறையருகில் ஒரு பெண் குளித்தாள். அவளது நீரில் நனைந்த வெள்ளை ஆடை நிலவில் கவர்ச்சியாயிருந்தது" (ப. 77)

என்றெல்லாம் தி.க.சி. சுவைபட எழுதிச் செல்கிறார்.

தி.க.சி.யின் நாட்குறிப்புகள் பற்றி இரா. மோகன் "ஒரே வரியில் மதிப்பிடுவது என்றால், ஆளுமைக் கல்வியிலும் வளர்ச்சியிலும் ஆர்வம் உள்ளவர்கள் பயில வேண்டிய ஓர் அடிப்படையான நூல்" (தி.க.சி. எனும் ஆளுமை, ப. 240) என்கிறார்.

"ஒரு பக்கம் கட்சிப்பணி, இன்னொரு பக்கம் வங்கிப் பணி, கலை இலக்கிய வளர்ச்சிக்கென 'கலைஞர் கழக'க் காரியதரிசிப் பணி, தீவிர வாசிப்பு, நண்பர்களுடன் இலக்கிய விவாதம், எழுத்துப் பணி என இடைவிடாமல் இயங்கிய ஒரு இளைஞனின் வெறும் தன்விவரக் குறிப்புகளாக மட்டும் இந்நாட்குறிப்புகள் இல்லை. நெல்லை நகரத்தில் நண்பர்களுடன் தான் சுற்றித் திரிந்த இடங்கள், வாசித்த நூல்கள், இடையறாது எழுதிய கடிதங்கள், வங்கி வாழ்க்கை, காந்தி சுட்டுக் கொல்லப்பட்டது, கம்யூனிஸ்ட் கட்சிக்குத் தடைவிதிக்கப்பட்து, புதுமைப் பித்தன் இயற்கை எய்தியது, ஜனசக்திக்குத் தடைவிதிக்கப்பட்டது, கவிக்குயில் மலருக்கு லைசன்ஸ் ரத்து செய்யப்பட்டது ஆகியவை உள்ளிட்ட 1948இல் நடந்த பல்வேறு அரசியல், சமூக, கலை இலக்கிய நிகழ்வுகளைத் தன் நாட்குறிப்பேட்டில் பதிவேற்றியுள்ளார். தி.க.சி." (வே. முத்துக்குமார், 2014 : 10)

தி.க.சி. அரசியலிலும் ஆர்வம் செலுத்தத் தொடங்கி இருந்ததன் விளைவாகப் பல அரசியல், பொருளாதாரக் குறிப்புகளும் இதில் இடம் பெறுகின்றன. தேசத்தந்தை காந்தியடிகள் மறைவும் இலக்கியப் பிதாமகன் புதுமைப்பித்தன் மறைவும் இக்குறிப்பில் இடம் பெற்றுள்ளன.

1948 சனவரி 30 நாளிட்டபதிவு

"இன்று மாலை 5.30 மணிக்கு உலகம் போற்றும் உத்தமர் அகிலமெங்கும் அஹிம்சை ஒளிபரப்பிய அண்ணல் மகாத்மாகாந்தி பிர்லா மாளிகையின் முன்பு, பிராத்தனைக் கூட்டத்தில் காக்கிச்சட்டையணிந்த ஒரு இந்துவால் சுட்டுக் கொல்லப்பட்டார். மார்பிலே ஒரு குண்டும்,

வயிற்றிலே 2 குண்டுகளும் பாய்ந்தன. காந்திஜியின் மரணச் செய்தி உலகையே கண்ணீர்விடச் செய்துவிட்டது. இந்தியா முழுவதும் சொல்லமுடியாத சோகத்தில் ஆழ்ந்தது. 'நல்லவனுக்கு இது காலமில்லை' என்றார் ஷா. 8.30 மணிக்கு நேருவும், பட்டேலும் ஒலி பரப்பினர். நாளை காலை 11 மணிக்கு பிர்லா மாளிகையிலிருந்து புறப்பட்டு மாலை 4 மணிக்கு யமுனை நதிக்கரையில் அடக்கம் நடைபெறும்" (ப. 40). இது மகாத்மாவின் படுகொலை குறித்த பதிவாக உள்ளது.

1948 ஜூலை 2 நாளிட்ட பதிவு

"இன்று 7 மணிக்கு சிதம்பரத்திடமிருந்து ஒரு தந்தி வந்தது. கடந்த ஜூன் 30 ஆம் தேதியன்று புதுமைப்பித்தன் காலமாகிவிட்டார். அங்கிருந்து 4 மணிக்கு அவன் கொடுத்த தந்தி 7 மணிக்கு கிடைத்தது. பாரதிக்குப் பிறகு தமிழ் இலக்கியத்திலே புதுமைப்பித்தன் பரம்பரை தோன்றியது. இன்று புதுமைப்பித்தன் சகாப்தம் ஆரம்பமாகிவிட்டது. பாரதியைப் போலவே செத்த பிறகு தான் இவருக்கும் புகழ் கிடைக்கப் போகிறது. புதுமைப்பித்தன் அமரர் ஆனார். அவர் ஆன்மா சாந்தியடையட்டும்".

இது புதுமைப்பித்தன் மறைவு குறித்து தி.க.சி.யின் கருத்து. அரசியல் நிகழ்வுகள் குறித்தும் அவ்வப்பொழுது தமது கருத்தினைச் சுருக்கமாகப் பதிவு செய்துள்ளார். ஜெயப்பிரகாஷ் நாராயணனின் அரசியல் குறித்து ஓரிடத்தில். "Cultural Re-Organisation வேண்டுமென்று ஜெயபிரகாஷ் National Exective தீர்மானித்திருக்கிறது. ரமண மகரிஷி, அரவிந்தர் ஆகியோர் தான் இந்தியாவுக்கு வழிகாட்ட வேண்டுமாம் அட நாசமாய் போவான்களே!" (1948, பிப். 26, ப. 55) என எழுதுகிறார்.

அன்றைய அரசின் வரவு – செலவு அறிக்கை பற்றிய ஒரு குறிப்பில்,

"சென்னை பட்ஜெட்டை, மதுரை பட்ஜெட் என்கிறார் கோபால ரெட்டி. புகையிலை, தீப்பெட்டி வரிகளின் காரணமாக இரண்டும் விலை உயர்ந்துவிட்டன கிடைப்பதில்லை. நெல் விலை ரூ.60 ஷண்முகம் செட்டியின் பட்ஜெட்டை மத்திய சட்டசபையில் பலர் எதிர்த்திருக்கிறார்கள். கிழவி புதுச்சேலைக்கட்டி வந்தாற்போல் இருக்கிறது. இந்த பட்ஜெட் என்று ஹாஸ்யமாகக் கூறினார் ஒருவர்". (1948 மார்ச் 4 - 5, ப. 59) என அன்றைய பட்ஜெட்டை மதிப்பீடு செய்கிறார்.

1948 ஆகஸ்ட் 23 நாளிட்ட பதிவில்,

“ஈ.வெ.ரா.வும், அண்ணாத்துரையும், வேதாச்சலமும் மற்றும் 3 பெண்களும் இன்று கைது செய்யப்பட்டார்கள். கவர்னர்ஜெனரலின் கருப்புக்கொடி வரவேற்புக்குப் பயந்து சர்க்கார் அவர்களைக் கைது செய்தது கோழைத்தனம், பாசிசப்போக்கு” (ப. 134) எனக் குறிப்பிடுகிறார்.

இப்படி அநேக நிகழ்வுகள் குறிப்புகளாக இடம் பெறுகின்றன. எல்லாமே நிகழ்ந்தவை, உண்மையானவை என்பதுதான் இவற்றின் பலம். கூறியது கூறல் இன்றி சுருக்கமான முறையில், கண்டவை, கேட்டவை, படித்தவை, அனுபவித்தவை என எல்லாவற்றையும் குறிப்பிட்டுள்ளார். இதைத் தம் வாழ்நாள் முழுக்க அல்லது இயன்ற வரை தொடர்ந்திருந்தால் அற்புதமான சமூக வரலாறும், இலக்கிய வரலாறும் கிடைத்திருக்கும்.

அறுபத்தைந்தாண்டுகளுக்கு முன் எழுதப்பட்டவற்றைத் தேடி எடுத்து, பிரதி எடுத்து, மறைந்த, அழிந்த பகுதிகளை தி.க.சி.யிடமே கேட்டு, அவரது முகவுரையையும், ஒப்புதலையும் பெற்று அழகாகத் தொகுத்துள்ள வே. முத்துக்குமார் பாராட்டுக்குரியவர். நாட்குறிப்பில் இடம் பெறும் நபர்கள், பெயர்கள், புரியாத நிகழ்வுகள் பற்றி ஒவ்வொரு குறிப்பின் இறுதியிலும் குறிப்பு தருவது அற்புதம். ஆனந்தரங்கம் பிள்ளை நாட்குறிப்புகள் போல தி.க.சி.யின் நாட்குறிப்புகளும் நாட்குறிப்பு இலக்கியமாகத் திகழும் தன்மையுடையது.

ஒரு சமூகச் செயற்பாட்டாளனின், பண்பாட்டுப் போராளியின் இளம் வயது பாய்ச்சலும் வீச்சும் கொண்டதாக இந்நாட்குறிப்பு விளங்குகின்றது.

7

நீர்ப்பாய்ச்சி

தி.க.சி. இளமைக்காலம் முதலே பத்திரிக்கையாளராகவே திகழ்ந்தார் எனலாம். திருநெல்வேலியில் அவரின் பொது வாழ்வுத் தொடக்கமே இதழியல் பணியோடுதான் தொடங்கியது. வல்லிக்கண்ணனை ஆசிரியராகக் கொண்டு 1941 இல் 'இளந்தமிழன்' எனும் கையெழுத்துப் பத்திரிகையை நடத்தினார். பதின் பருவத்திலேயே நெல்லை நூலகங்களில் தேசிய நாளோடுகளையும், குடியரசு, விடுதலை ஆகிய இதழ்களையும், பர்மாவிலிருந்து வெளிவந்த வெ. சாமிநாதசர்மாவின் 'ஜோதி' இதழ், ஆனந்தவிகடன், பிரசண்ட விகடன், ஆனந்த போதினி, செந்தமிழ்ச் செல்வி போன்ற இதழ்களையும் பயிலத் தொடங்கினார். 1950களில் தமிழ்நாட்டில் திராவிட இயக்கம், பொதுவுடைமை இயக்கம் சார்ந்த ஏராளம் இதழ்கள் வெளிவந்தன.

தி.க.சி. இத்தருணத்தில் பல இதழ்களோடும் தொடர்பில் இருந்தார். எழுதவும் செய்தார். அனுமான், சக்தி, மாதமணி, முன்னணி, பேரணி, ஜனயுகம், உலக அரசியல், புதுமை இலக்கியம், கிராம ஊழியன், மனிதன், சரஸ்வதி, சாந்தி, தீபம், கண்ணதாசன், தாமரை... என்று அவரின் தொடர்பில் சங்கமித்த இதழ்களின் பட்டியல் நீளும்.

தி.க.சி.க்கு இதழ்களுடன் இருந்த தொடர்பு, அவர் எழுதிய எழுத்துக்கள், செய்த மொழிபெயர்ப்புகள் ஆகியவற்றின் காரணமாக

சோவியத் நாட்டின் செய்திப்பிரிவில் அவருக்குப் பணி கிடைத்தது. அவரின் நண்பரும் பொதுவுடைமை இயக்கத்தவருமான ஏ.எஸ். மூர்த்தியின் பரிந்துரையின் பேரில் 1964 டிசம்பர் 14இல் சென்னை சோவியத் செய்தித்துறை ஆசிரியர் குழுவில் சேர்ந்தார். அதுவரை தாம் பணிசெய்து வந்த வங்கியிலிருந்து விலகினார்.

சோவியத் பத்திரிகைப் பணி எப்படி இருந்தது? வ.விஜய பாஸ்கரன் இப்படிப் பதிவு செய்கிறார் :

இருபத்து ஐந்து ஆண்டுகள் சோவியத் செய்தித்துறையில் தி.க.சி. என்னுடன் பணியாற்றியிருக்கிறார். சோவியத் செய்தித்துறையில் இரண்டு பிரிவுகள். ஒன்று சோவியத் லாண்ட் தென் மொழிப் பதிவுகள், பிரசுரங்கள், சோவியத் ரெவியூ, யூத் ரெவியூ பத்திரிக்கைகளின் தென் மொழிப் பதிப்புகள் வெளியிடும் பத்திரிக்கைப் பிரிவு. இந்தப் பிரிவுக்கு நான் பொறுப்பாக இருந்தேன். மற்றொன்று, டெலக்ஸ் மூலம் மாஸ்கோவிலிருந்தும், டெல்லியிலிருந்தும் வரும் சோவியத் செய்திகள், விமர்சனக் கட்டுரைகளை உடனுக்குடன் மொழிபெயர்த்து தென்னாட்டுப் பத்திரிக்கைகளுக்கு அனுப்ப வேண்டிய செய்திப்பிரிவு. காலை 8 மணியிலிருந்து பகல் உணவு இடைவேளை வரை ஓய்வு ஒழிச்சலுமின்றி செயல்பட வேண்டிய பிரிவு. இதில் தமிழ்மொழிப் பெயர்ப்பாளராக நண்பர் தி.க.சி. பணியாற்றினார். பகல் ஒரு மணி வரை மட்டும் கவனத்தைச் சிதறவிடாமல் மொழிபெயர்த்துக் கொண்டே இருக்க வேண்டும். இப்படிப்பட்ட நெருக்கடியான பணியில் ஈடுபட்டிருக்கும் தி.க.சி.யைச் சந்தித்து ஆலோசனை பெறுவதற்கென்றே பலரும் 8 மணிக்கு முன்பே வரவேற்பறையில் காத்திருப்பார்கள். அத்தனை பேரையும் பார்த்துப் பேசிவிட்டு வந்து தம்முடைய அன்றாடக் கடமையைக் குறித்த நேரத்துக்குள் முடிக்க முடியாமல் மிகவும் சிரமப்படுவார். வேலை நேரத்தில் காரியாலயத்துக்குப் பார்வையாளர்கள் வருவதை அவரால் தடுக்கவும் முடியவில்லை. அவரது சிரமத்தைக் குறைப்பதற்காக பத்திரிகைப் பிரிவுக்கு அவரை மாற்றிவிடுவது என்று தீவிரமாக யோசிக்கவும் செய்தோம். தனது இலக்கியப் பணிகளுக்குப் பத்திரிகைப் பிரிவு வேலைகள் இடம் கொடுக்காது என்பதால் மாற்றத்தை அவர் விரும்பவில்லை. பகல் ஒரு மணிக்கு மேல் தேடி வரும் இலக்கிய அன்பர்களுக்கான சந்திப்பைக் காலப்போக்கில் மாற்றிக் கொண்டார். இலக்கிய நண்பர்களைச் சந்தித்து உரையாடுவதிலும் இளம்

எழுத்தாளர்களது படைப்புகளைப் படித்து தகுந்த திருத்தங்கள் செய்து ஆக்கப்பூர்வமான ஆலோசனைகள் வழங்குவதிலும் இன்பம் கண்டார், ஆத்ம திருப்தி கொண்டார்". (தி.க.சி. என்றமனிதன், பக். 11 -12)

சோவியத் செய்தித்துறையில் கால்நூற்றாண்டு (1964 - 1990) பணியாற்றிச் சாதனைப் புரிந்தவர் தி.க.சி. தோழர்களும் எழுத்தாளர்களுமான ஏ.எஸ்.மூர்த்தி, வ. விஜயபாஸ்கரன், தொ.மு.சி. ரகுநாதன், மாஜினி, கே.சி.எஸ். அருணாசலம் மற்றும் பலருடன் இவர் பணியாற்றிய அனுபவம் இவருக்குள் விசாலத்தை உண்டாக்கிற்று எனலாம்.

இதன் இன்னொரு பரிணாமம் தான் 'தாமரை' இலக்கிய இதழின் ஆசிரியராகப் பணியாற்றியது.

இந்தியப் பொதுவுடைமைக் கட்சியின் இலக்கிய இதழாகத் தாமரை முதல் இதழ் 1958 டிசம்பர் மாதம் வெளிவந்தது.

"கலை இலக்கியத் துறையில், வளரும் ஜனநாயக உணர்வோடு பணிபுரியத் 'தாமரை' மலர்கிறது. சென்ற காலச் சிறந்த கூறுகளின் வழித் தோன்றலாக விளங்கும். நிகழ்கால அனுபவத்தைத் தன்வயமாக்க முன்னிற்கும். வருங்கால முழு வடிவ இலட்சியத்தை நோக்கி தளராத முயற்சி தன் கரங்களை நீட்டி, நீட்டி தாவித் தாவிச் செல்ல முன்னேறும். இவ்வாறு 'தாமரை' வளரும். தமிழகத்தின் சர்வ வல்லமை பொருந்திய கரங்களில் தவழ்ந்து, மென்மேலும் வாழ்த்தும் வளமும் பெற்றுச் சிறக்கும்.

பிற்போக்குக்கும் சீர்குலைவுக்கும் இடம் கொடுக்காமல் 'தாமரை', ஜனநாயகம், சமதர்மம், சமாதானம் ஆகிய பெருநோக்கங்களோடு, கலை, இலக்கியத் துறையைத் தனிச் சிறப்பாக்கிப் பாடுபடும் தேசியப் பண்பாடு சிதையாமல், இலக்கிய உலகிலும், சகவாழ்வு வாழ முடியும் என்பதை நடப்பில் காட்ட 'தாமரை' ஆவன செய்யும். தன்னடக்கத்துடன் - மற்றவர் கருதோட்டங்களைத் தெரிந்து கொள்ளவும் பணிவன்புடன் தன்கருத்தோட்டத்தை மற்றவர் கவனத்திற்குக் கொண்டு செல்லவும் நன்முயற்சி புரியும்.

தமிழகத்திலுள்ள பல்வேறு கருத்தோட்டக்காரர்களும், பொதுமக்களும், 'தாமரை'யின் எதிர்காலத்தில் நம்பிக்கை வைத்து

வாழ்த்துக் கூறியிருக்கிறார்கள். அவர்களின் நம்பிக்கையை 'தாமரை' எல்லா வகையிலும் காக்கும். அவர்கள் நம்பிக்கை 'தாமரை'யை வாடாது வளர்க்கும்'. என்று அதன் முதல் தலையங்கம் தெரிவித்தது. ப. ஜீவானந்தம் நிறுவன ஆசிரியர். அவர் மறைவுக்குப்பின் (1963), ஒரு சில ஆண்டுகளில் சென்னைக்கு சோவியத் செய்திப்பிரிவுக்கு வந்த தி.க.சி.க்குத் தாமரை இதழ் ஆசிரியர் பொறுப்பு வழங்கப்பட்டது. ஜீவாவோடு அறிமுகம், தாமரையில் தொடர்ந்து எழுதியது, இயக்கச் செயற்பாட்டாளர்... ஆகிய காரணங்களால் இப்பொறுப்பு அவரை நாடிவந்தது.

"சோவியத் செய்தித்துறையில் காலை 8 மணி முதல் மாலை 4 மணி வரையில் பணியாற்றிக் கொண்டே, கட்சித் தலைமையின் விருப்பத்திற்கிணங்க, 'தாமரை'யின் பொறுப்பாசிரியராக 1965 ஆம் ஆண்டு ஜனவரி முதல் 1972 ஆம் ஆண்டு செப்படம்பர் வரை கடமையாற்றினார். அவரது ஆசிரியர் பொறுப்பில் சுமார் 100 தாமரை இதழ்கள் மாதந்தோறும் மலர்ந்து மணம் வீசின.

தி.க.சி.யின் அரைநூற்றாண்டு இலக்கிய வாழ்க்கையில், 'தாமரை' இதழின் பொறுப்பாசிரியராக இருந்த 8 ஆண்டுகாலம் (1965 - 1972) அவரின் வாழ்க்கையில் சிறப்புவாய்ந்த காலமாகக் கருதப்படுகிறது". (தி.க.சி. திறனாய்வுத் தென்றல், மு. பரமசிவம், ப. 88 - 89)

தாமரையின் ஆசிரியர் பொறுப்பு என்பதில் தனிப்பட்ட முறையில் தி.க.சி.க்கு எந்தவிதப்பலனும் இல்லை. இவர் பெயர் கூட வெளியில் தெரியாது. சம்பளமோ, உதவித் தொகையோ கிடையாது. சோவியத் செய்தி அலுவலக அலுவல் போக எஞ்சிய நேரத்தில், இரவுப் பொழுதுகளில் தாமரைக்காக உழைத்தார். தான் நேசிக்கும் இயக்கம் தன் மீது நம்பிக்கை வைத்து அளித்தப் பொறுப்பைத் திறம்படச் செய்தார். அது தாமரை, பொதுவுடைமை இயக்கம், முற்போக்கு இலக்கியம் ஆகியவற்றுக்கு மட்டுமல்ல ஒட்டுமொத்த தமிழ் இலக்கிய வரலாற்றிலும் இதழியல் வரலாற்றிலும் முத்திரைப்பதித்த சகாப்தமாக நிலைத்தது.

"1968 இல் இருந்து தாமரையில் எழுத ஆரம்பித்தேன். தி.க.சி. தாமரையில் ஆசிரியராக இருந்த எழுபதுகளை தமிழ் இலக்கிய வரலாற்றில் 'பொற்காலம்' என்றே கூறவேண்டும் ஏறத்தாழ இரண்டு

இதழ்களுக்கு ஒரு முறை என் கதை தாமரையில் வெளிவரும். அவருடன் எனக்கு ஏற்பட்ட உறவுதான் மார்க்சியத்தை முழுமையாகப் பயிலும்படித் தூண்டியது. மார்க்சியத்துக்குப் பிறகுதான் பெரியாரைப்படிக்க ஆரம்பித்தேன்" என்கிறார் பிரபஞ்சன். (சாராதா, சனவரி, 1994)

தாமரை இதழ்ச்சிறுகதைகளை ஆராய்ந்த முனைவர் சா.ர. செந்தில்குமார்,

"தமிழ்ச் சிறுகதையின் வளர்ச்சிக்கு 'மணிக்கொடி'யின் பங்களிப்பை விதந்து பேசும் பலர் 'தாமரை'யை ஒரு பொருட்டாகவே கருதாமை கவலை தரக்கூடியது. நடுநிலையோடு ஆய்ந்தால் 'தாமரை' தமிழ்ச் சிறுகதை வளர்ச்சிக்கு ஆற்றியுள்ள பணிகள் பல. அவை மணிக்கொடியின் பணிகளுக்கு நிகரானவை என்பதை அறியலாம். அவ்வகையில் 'தாமரை' தன் தொடக்க காலந்தொட்டே தமிழ்ச் சிறுகதை வளர்ச்சிக்குப் பணியாற்றியுள்ளதை மதிப்பிடுவது இன்றியமையாதது". (தமிழ்ச் சிறுகதைகளில் முற்போக்கு, பக். 86 - 87)

எனக்கூறுவதை கவனத்தில் கொண்டால் தாமரை இதழின் சாதனைகளை விளங்கிக் கொள்ளலாம்.

தி.க.சி. எனும் ஆளுமையின் 'ஆன்மா' போல அவரின் தாமரை இதழ் ஆசிரியர் பணி அமைந்ததை பேராசிரியர் வீ. அரசு நுட்பமாகப் பதிவு செய்கிறார்.

1950 களில் பல்வேறு இடதுசாரிக் கலை இலக்கிய அமைப்புகளின் செயல்பாட்டில் தன்னை இணைத்துக் கொண்டவர் தி.க.சி. இந்தமரபின் தொடர்ச்சியாக 'தாமரை' இதழ் மூலம் அவர் பதிவு செய்திருக்கும் பல்வேறு கலை இலக்கிய அமைப்புகள் தொடர்பான விவரணங்கள்.

* பாரதி மீது அவருக்கிருந்த ஈடுபாடு காரணமாகத் 'தாமரை' இதழ் வழி கட்டமைந்த 'பாரதி இயல்' குறித்த ஆக்கங்கள்.

* சோவியத் செய்தித் துறையில் பணியாற்றிக் கொண்டிருப்பதை வாய்ப்பாகப் பயன்படுத்தி, சோவியத் அறிஞர்கள், எழுத்தாளர்கள், கலைஞர்கள் ஆகிய பிறர் குறித்த பதிவுகளைத் 'தாமரை' இதழில் இடம் பெறச் செய்தமை.

* கம்யூனிஸ்ட் கட்சியில் செயல்பட்ட பல்வேறு தலைவர்களின் அரிய ஆக்கங்களைத் ‘தாமரை’யில் வெளிவரச் செய்த அரிய பதிவுகள்.

* தமிழ் இலக்கியம் படித்துக் கொண்டிருந்த மற்றும் பயிற்றுவித்த தமிழாசிரியர்கள் ஆக்கங்களை வெளியிட்டுள்ள பாங்கு.

* ‘கதைக்கொரு கரு’ என்னும் தொடர் மூலம் பல்வேறு படைப்பாளிகளின் படைப்புச் சூழல் குறித்துப் பதிவாகியுள்ள படைப்பு வரலாறு.

* ஈழத்துப் படைப்பாளிகளின் ஆக்கங்ளுக்கு முதன்மை கொடுத்து வெளியிட்ட சிறப்பு.

* அட்டைப் படங்களில் படைப்பாளிகளின் நிழற்படங்களை வெளியிட்டு அங்கீகரித்த தன்மை.

* ‘எழுத்து’ இதழ் (1959) வழி உருவான புதுக்கவிதை மரபின் இன்னொரு பிரிவினரை, முதன்மைப்படுத்தி வெளியிட்டதின் மூலம் புதுக்கவிதை மரபில் புதிய மரபுகளை இனம் காட்டியமை.

* ‘மலரும் அரும்புகள்’ எனும் தலைப்பில் முகமறியாத புதிய சிறுகதைப் படைப்பாளிகளை இனம் கண்டு அவர்களது ஆக்கங்களை வெளியிட்ட மிக அரிய நிகழ்வு. (தி.க.சி. எனும் ஆளுமை, பக். 38 - 39)

தாமரை உருவத்திலும் உள்ளடக்கத்திலும் செய்திட்ட புதுமைகளை இவற்றின் வழி அறியலாம்.

அதே போல தாமரை மலர்கள் பலவற்றை தி.க.சி. திட்டமிட்டுக் கொண்டுவந்தார். பாரதி மலர் (செப் 1966) பாரதிதாசன் மலர் (செப். 1967), சோவியத் பொன்விழா மலர் (அக். 1967), வியட்நாம் போராட்டச் சிறப்பிதழ், சிறுகதைச் சிறப்பிதழ், கரிசல் சிறப்பிதழ், மொழிபெயர்ப்புச் சிறப்பிதழ், ஈழத்துச் சிறப்பிதழ்... எனப் பல சிறப்பிதழ்கள் அவர் காலத்தில் வெளிவந்தன. இவை அவ்வப் பொருண்மை சார்ந்த அநேகக் கருத்துக்களை முன்வைத்தன.

'தாமரை' இதழுக்குத் தனி அலுவலகம் கிடையாது. சென்னை தி.நகர் உஸ்மான் சாலையில் தானும் எழுத்தாளர் டி.செல்வராசும் தங்கி இருந்த அறையையே இதழ்த் தயாரிக்கப் பயன்படுத்தினார். தோழர்கள் ஆ. பழனியப்பன், எம். கே. ராமசாமி போன்றோர் பணிகளில் உதவுவர். இவர்களுக்குத் தன் சொந்த செலவிலேயே விருந்தோம்பல் செய்வார். இளம் எழுத்தாளர்களை ஊக்கப்படுத்தக் கடிதங்கள் எழுதுவது, சில படைப்புகளுக்குச் சன்மானம் வழங்குவது உதவிடும் தோழர்களுக்கு செலவு செய்வது... எல்லாம் தி.க.சி.யின் சொந்த உழைப்பில் தான். இதற்கென மாதம் சில நூறு ரூபாய்களைச் செலவளித்தார். இது அவரது குடும்பத்தாருக்கும் சுற்றத்தாருக்கும் சங்கடம் தந்தது. என்றாலும், தி.க.சி.யின் கொள்கைப் பற்றும், இலக்கிய நாட்டமும், இளைய தலைமுறையை உருவாக்கும் ஆற்றலும், மார்க்சிய நோக்கும், மனிதநேயப் பண்பும் அவரைத் தொடர்ந்து செயல்பட ஊக்கம் தந்தன. அவரது குடும்பத்தினரோ, உறவினர்களோ அவரின் 'பொது வாழ்வுக்கு' எப்போதும் எதிர்நின்றதில்லை. தி.க.சி.யின் மனநிறைவான பணியில் மகிழவே செய்தார்கள்.

"1971 கார் காலத்தில் எனது முதல் கதை 'தாமாரை' இதழில் வந்தது. கதையின் பெயர் 'முற்றம்'. தி.க.சி. 'தாமரை' இதழ்ப் பொறுப்பினை வகித்த காலம் 1965 லிருந்து 72 வரை. 'தாமரை' இதழின் நிறை விளைச்சலாக மட்டும் அல்ல; தமிழ் இலக்கிய யதார்த்தத்தின் விளைகாலமாக உருவெடுத்தது. அறுபதுகள், எழுபதுகள் கால எழுதுகோல்கள் கவிதை, கதை, உருவகம், கட்டுரை, விமர்சனம், நூல் திறனாய்வு எனப் பல வகையிலும் சதங்கை கட்டி ஆடும் அரங்கமாகத் 'தாமரை' ஆனது.

'தாமரை'யில் கால்பதித்து, கொப்பும் கிளையும் பூவும் காயுமாய் விருட்சமான எழுத்தாளர்கள் வரிசை நீளமானது. அந்த வரிசையை அணியப்படுத்தினால் இக்கட்டுரையில் கால்பகுதி முடிந்துபோகும். கரிசக் காடுகளில் சட்டி போல் அகன்று சம்மம்பயிர் தூர் பிடித்து வளரும்; ஒரு கம்பத்தில் அய்ம்பது 'கருதுகள்' வெடிக்கும் என்பார்கள். தி.க.சி. என்ற ஈரஞ்செறிந்த மண்ணில் தூர் பிடித்துச் செழித்து வெடித்தக் கருதுகள் அய்ம்பதுக்கும் மேலிருந்தன. ஆகாயக் கதிர்களுக்குச் சவாலாய் ஆறடி உயரத்தில் ஒளியடிக்கும் கம்மங்கருதுகள் போல் இலக்கிய வெளியில்

இன்றும் ஒளியடித்துக் கொண்டிருக்கின்றன". (பேசும் கால்க்காசு கடிதாசி) என்ற பா. செயப் பிரகாசத்தின் கவித்துவ மதிப்பீடு மிகச் சரியானது.

தி.க.சி. யதார்த்த இலக்கியச் சமவெளியில் உதித்திட்ட இளம் கதிர்களுக்கு 'நீர்ப்பாய்ச்சி' தாயாக விளங்கினார். தாமரையின் முக்கியப் பங்களிப்பில் புதிய அலை சிறுகதையாளர்களை உருவாக்கியதைச் சொல்லலாம். தமிழின் சிறந்த நூறு கதைகளுக்குள் அடங்கிடும் பல கதைகள் தாமரையில் வெளிவந்தன. பூமணியின் 'வயிறு', பா. செயப்பிரகாசத்தின் 'அம்பலகாரர் வீடு', கி.ராஜநாரயணின் 'வேட்டி', 'கதவு', வண்ணநிலவனின் 'மயானகண்டம்' போன்ற சிறுகதைகளைக் குறிப்பிடலாம்.

பிரபஞ்சன், பூமணி, பா. ஜெயப்பிரகாசம், சி.ஆர். ரவீந்திரன், பொன்னீலன், செ.யோகநாதன், செங்கை ஆழியன், டி.செல்வராஜ், கந்தர்வன், வண்ணநிலவன், தஞ்சைப்ரகாஷ், களந்தை பீர் முகமது,... என்று பெரும் எழுத்தாளர் பட்டாளம் உருவானது. ஏற்கெனவே எழுத்தில் பிரபலமாகி இருந்த கே. டேனியல், வல்லிக்கண்ணன், சார்வாகன், நீலபத்மநாபன், கி. ராஜநாராயணன், கர்ணன், செ.கணேசலிங்கம், ஆ. மாதவன், அசோகமித்திரன், ஆர். சூடாமணி, என். ஆர். தாசன் போன்றவர்களும் தாமரையில் கதையிலக்கியம் படைத்திட தி.க.சி. வழிவகுத்தார்.

வானம்பாடிக் கவிஞர்கள் சிற்பி, நா. காமராசன், புவியரசு, சக்திக்கனல், தமிழ்நாடன், கே.சி.எஸ் அருணாசலம், கை. திருநாவுக்கரசு, பரந்தாமன், கல்யாண்ஜி போன்ற முன்னணிக் கவிஞர்கள் தாமரையில் எழுதிட தி.க.சி. துணை நின்றார்.

"தி.க.சி.யின் தனித்துவமே தாம் வளர்வது மட்டுமல்ல, தம் காலத்தில் வாழும் இளம்படைப்பாளிகளை வளர்த்தெடுப்பதில் தனிக்கவனம் செலுத்தியது தான். இன்று தமிழ்நாட்டில் புகழ் பூத்த படைப்பாளர்களில் பலர் இவரால் இனம் காணப்பட்டு இவரது வழிகாட்டுதலாலும் ஊக்குவிப்பாலும் வளர்ந்தவர்கள் கல்யாண்ஜி என்ற வண்ணதாசன் (இவரது மகனாவார்). ஒரு பெரும் படைப்பாளர் பட்டாளமே தி.க.சி.யின் முயற்சியால் தமிழ் உலகிற்கு அறிமுகமானது என்பதில் சந்தேகமில்லை". (தி.க.சி. எனும் ஆளுமை, ப. 110) என ஸ்டாலின் குணசேகரன் குறிப்பிடுவது மிகப் பொருத்தமானது.

பேராசிரியர் தமிழவன் தி.க.சி.யின் தாமரையில் விமர்சனங்கள் எழுதியவர். இடது சாரிகளிடம் இருந்து நவீனத்தளத்தில் இயங்கத் தொடங்கியவர். அவர் அக்காலகட்டச் சூழலையும், தி.க.சி.யின் பங்களிப்பையும் பின்வருமாறு சுட்டுவார் :

“தமிழிலக்கியம் என்பது (உலக இலக்கியங்களில் வெகு சொற்பமாகக் காணப்படும்) பெரும்பாரம்பரியம் உள்ள ஓரிரு இலக்கியங்களில் ஒன்று. அந்தப் பெரும்பாரம்பரியம் உள்ள தமிழில் புதிதாய் ஓர் கம்யூனிஸ்ட் இலக்கியத்தைக் கொண்டு வரும் பொறுப்பு தி.க.சி.யுடையது. தி.க.சி. அன்று ஒரு புது மரபைக் கொண்டுவரும் பொறுப்பில் இருந்தவர். அவரும் மற்றவர்களும் இதை உணர்ந்தார்களோ என்னவோ தெரியாது. ஆனால் தமிழிலக்கிய வரலாற்றை ஒரு திருப்புமுனையில் வைக்கும் பொறுப்பு. தாமரையின் எழுபதுகளில் அந்தக் காரியம் வெற்றிகரமாக நடந்ததுக்குப் பொறுப்பு தி.க.சி. ....

இந்தத் தனியான இலக்கிய மரபு முன் மாதிரியில்லாதது. அதுபோல் ரொம்பவும் ஆபத்தானது. பிரச்சார மரபில் போய் மாட்டிக் கொள்ளக்கூடாது. அப்படி மாட்டிக் கொண்டால் திராவிட எழுத்துக்கள் போல் இலக்கியத் தோல்வி ஆகிவிடும். அண்ணாதுரை அவர்களின் செவ்வாழை போல ஒரு தோல்வியான பரம்பரையைத் தி.க.சி. பொறுப்பில் வந்து கொண்டிருந்த சி.பி.ஐ. என்ற கட்சியின் அதிகார பூர்வமான பத்திரிகை என்று கணிக்கப்பட்ட தாமரை உருவாக்காததே தி.க.சி.யின் மேதைமையைக் காட்டுகிறது. நெல்லை ஆய்வுக்குழுவைச் சார்ந்தவர்கள் நினைத்தது போல் தி.க.சி. ஒரு அப்பாவியல்ல. இடதுசாரியிலக்கியம் எப்படி இருக்க வேண்டும் என்ற ஆழ்ந்த ஒரு மன இயல்பு கொண்ட மேதை என்றே எனக்கு இன்றுபடுகிறது. தன்னை ஒரு சாதாரண களப்பணியாளன் என்று தி.க.சி. கூறிக் கொண்டது அவரை அவர் தாழ்த்தி எடை போட்ட ஒரு செயலாகவே எனக்குப் படுகிறது. திராவிடப் பரம்பரைக்கு ஒரு தி.க.சி. கிடைத்திருந்தால் ஒரு வேளை அதற்கு ஒரு தற்காலத் தமிழிலக்கியப் பாரம்பரியம் கிடைத்திருக்கும்”. (தி.க.சி. என்றொரு தோழமை, பக். 93 - 94)

தாமரை ஆசிரியர் பொறுப்பினைப் பற்றி தி.க.சி. ஒரு நேர்காணலில், “சம்பளத்துக்கு சென்னை - சோவியத் செய்தித் துறையில் வேலை செய்து கொண்டு இயக்கப் பணியாக தாமரையின் ஆசிரியராக

இயங்கினேன். பல்வேறு இலக்கிய அமைப்புகளுடனும் கண்ணதாசன், எழுத்து, கோவை வானம்பாடிகள், இலக்கிய வட்டம் பொன்ற இதழ்களுடன் எனக்கு நேரடியான தொடர்பிருந்தது. அங்கிருந்தெல்லாம் இளம் படைப்பாளிகளை இனம் கண்டு அவர்களை தாமரையில் எழுத வைத்தேன்.

ஒரு கதை தாமரைக்கு வருகிறதென்றால், அந்தக்கதையை உடனடியாக படித்து, இது பிரசுரிக்கத் தகுதியானது என்றால் உடனே அந்தத் தகவலைக் கடிதம் மூலம் தெரிவித்துவிடுவேன். திருத்தம் செய்ய வேண்டுமென்றாலோ அல்லது பிரசுரிக்க இயலாது என்றாலோ அதை விவரித்து எழுதி, வேறு கதை அனுப்பச் சொல்லிக் கேட்பேன். இத்தகைய அணுகுமுறைதான் பல எழுத்தாளர்களை வளர்க்க காரணமாக இருந்தது". (நேர்காணல்கள், பக். 105 - 106)

மாணவர்களை இலக்கியத்தின்பால் ஈர்க்கவும், படைப்பாற்றலை வளர்க்கவும் தாமரை வழியாக தி.க.சி. முயற்சிகளை மேற்கொண்டார்.

"1968 இல் பள்ளி, கல்லூரி மாணவர்களுக்குச் சிறுகதை - கட்டுரை எழுதும் போட்டியொன்றை தாமரை சார்பாக அறிவித்திருந்தோம். இந்தப் போட்டிக்கு வந்த படைப்புகளில் சிறந்த சிறுகதைகளையும் கட்டுரைகளையும் தேர்ந்தெடுத்துக் கொடுக்கின்ற பணியினை பொறுப்பினை அப்போது தாமரையில் கதைகள் எழுதிக் கொண்டிருந்த இருபது வயது கூட நிரம்பாத, பட்டப்படிப்பு படித்து வந்த மாணவர் மே.து.ராசுகுமாரிடம் ஒப்படைத்தோம். பொதுவுடைமை இயக்கத்தினுடைய மாணவர் அமைப்பின் பொறுப்பாளராக இருந்த அந்த இளைஞர் தேர்ந்தெடுத்துக் கொடுத்த படைப்புகளுக்குப் பரிசுகள் வழங்கப்பட்டன. சிறுகதைக்கான முதல் பரிசு பெற்ற இரா. சந்திரசேகரன் (முல்லை ஆதவன்) பிற்காலத்தில் பாரதியார் பல்கலைக்கழகத் தமிழ்த்துறைத் தலைவராக இருந்து ஓய்வு பெற்றவர். கட்டுரைக்கான முதல் பரிசைப் பெற்ற அரங்கராசன் (கவிஞர் அக்னிபுத்திரன்) கோவை அரசினர் கல்லூரியில் தமிழ்ப் பேராசிரியராக இருந்து ஓய்வு பெற்றவர்". (நேர்காணல்கள், ப. 157)

தி.க.சி. தாமரையில் மேலும் சில சாதனைகளாக,

முற்போக்காளர் ஏற்க மறுத்த புதுக்கவிதைகளை ஏற்று, "புரட்சிகரமான" கவிதைகளைத் தாமரையில் வெளியிட்டது.

பாரதியை மட்டுமே அதுவரை கொண்டாடிய பொதுவுடைமை இயக்கத்தின் ஊடாக பாரதிதாசனை முன்னெடுத்தது. வாழும் படைப்பாளிகளையும், அறிஞர்களையும் அட்டைப் படங்களில் இடம் பெறச் செய்தது, நாட்டுப்புறப் பாடல்களையும், கதைகளையும் தொகுத்தவர் பெயர் விவரங்களுடன் வெளியிட்டது, இலக்கியத் திறனாய்வு கட்டுரைகள், விவாதங்களை ஊக்கப்படுத்தி வெளியிட்டது ஆகியவற்றைச் சுட்டலாம்.

தாமரையின் பணியோடு கூடவே சமகால இதழ்கள் பலவற்றோடும் தி.க.சி. அணுக்கத் தொடர்பில் இருந்தார். 1965ல் தொடங்கப்பட்ட நா. பார்த்தசாரதியின் 'தீபம்' இதழில் தாம் எழுதியதோடு பிறரையும் எழுத வைத்தார். அதே ஆண்டில் தொடங்கப்பட்ட 'கணையாழி'யோடும் தி.க.சி. தொடர்பில் இருந்தார். கணையாழியில் எழுதிய கட்டுரைகள் தொகுத்து வெளியிடப்பட்டன. 1969ல் கே. முத்தையாவை ஆசிரியராகக் கொண்டு தொடங்கப்பட்ட 'செம்மலர்' இதழுக்கும் வழிகாட்டினார். 1974 வாக்கில் வெளிவந்த 'கண்ணதாசன்' இதழுக்குப் படைப்பாளர்களை ஆற்றுப் படுத்தினார். சிகரம், கார்க்கி, ஞானரதம், யாத்ரா, கொல்லிப்பாவை, மீட்சி, படிகள், சுவடு, அஃ, கவனம், அன்னம் விடுதூது ... போன்ற பல இதழ்களையும் வாசித்து ஊக்கப்படுத்தினார்.

இலக்கிய இரட்டையர்களாக வல்லிக்கண்ணனும், தி.க.சி.யும் தமிழ்ச் சிற்றிதழ் வளர்ச்சியிலும் பெரும் தாக்கத்தை ஏற்படுத்தினர். தொழில் முறையில் சோவியத் செய்திப் பிரிவில் பத்திரிகையாளராகப் பணியாற்றினாலும் அதற்கு முன்பும் பின்பும் ஒரு பத்திரிகை ச்சேவையாளராகவே தி.க.சி. திகழ்ந்தார். எனவேதான் தமிழ்ச் சூழலில் இதுவரை யாருக்கும் இல்லாத அளவுக்கு தி.க.சி. மறைவு குறித்தச் செய்திகளும், கட்டுரைகளும், நினைவுகூரல்களும் அனைத்துவகை இதழ்களிலும் இடம்பெற்றன எனலாம்.

"தி.க.சி.யைப் பத்தி ஒரு வார்த்தையில் சொல்லணும்னா அவர் ஒரு நீர்ப்பாய்ச்சி. அதனால் தான் வேர்கள் எல்லாம் அவரை நோக்கி நீண்டுக்கிட்டே இருந்துச்சு" என்பார் கி.ரா. (கதிர்பாரதி, தி.க.சி. எனும் ஆளுமை, ப. 146)

8
தோட்டக்காரன்

நேர்காணல் என்பது ஒரு கலை. அறிவும் அனுபவமும் இணைந்து வெளிப்படும் நிகழ்த்துக் கலை. எழுத்துக் கலையிலும் கூட இந்த நேர்ப்பேச்சு வீரியமிக்கது. நேர்காணல் என்பது குறிப்பிட்ட நோக்கம் கொண்டது. பொழுது போக்கு அல்ல; நேர்காணல் தருபவரும், பெறுபவரும் தத்தம் கருத்து நிலைகளை வெளிப்படுத்துவது இன்றியமையாதது.

தி.க.சி. எழுதியதை விடப் பேசியது அதிகம். அதிலும் அவரின் இறுதிக் கால்நூற்றாண்டு 'பேசிக்கழித்த' (களித்த) காலமாக அமைகின்றது. தி.க.சி. அடிப்படையில் பத்திரிகையாளர்; சோவியத் செய்தி நிறுவனத்தில் பணி ஆற்றியவர்; 'தாமரை' இலக்கிய இதழை ஆசிரியர் பொறுப்பில் நடத்தியவர்; பல இலக்கியச் சிற்றிதழ்களின் ஆலோசகராகவும் ஊக்குநராகவும் திகழ்ந்தவர். எனவே, "நேர்காணல்" என்பதன் பண்பு, பயன், நோக்கு ஆகியவற்றை உணர்ந்தவராக இருந்தார்.

தி.க.சி. 1965களில் 'தீபம்' இதழுக்காக 'இலக்கியச் சந்திப்புகள்' என்ற தலைப்பில் நேர்காணல்களைக் கண்டார். தினமணி ஆசிரியர் டி.எஸ். சொக்கலிங்கம், மணிக்கொடி ஆசிரியர் சீனிவாசன், ஆராய்ச்சி அறிஞர் நா. வானமாமலை, எழுத்தாளர் தொ.மு.சி. ரகுநாதன் ஆகிய நான்கு பெரும் ஆளுமைகளை தி.க.சி. நேர்காணல் செய்து எழுதினார்.

அவர்களை அறிமுகம் செய்து விட்டு, அவரவர் தொடர்புடைய வினாக்களைக் கேட்டுள்ளார். அநேகமாக தொ.மு.சி. ரகுநாதன் தவிர்த்து ஏனையோருக்கு இது முக்கியமானதும் முதன்மையானதுமான நேர்காணலாக அமைகின்றது.

"அவர் இலக்கியக் கொள்கைகளைக் கற்றுத் தேர்ந்து விமர்சனம் எழுதியவர் அல்லர். அவர் ஒரு பரந்த படைப்பாளி. மேல் நாட்டு இலக்கியங்களையும், தமிழ் இலக்கியங்களையும் ரசித்துப் படித்தவர். இது நடைமுறை அனுபவம் சார்ந்தது. பாரதி பற்றியும், புதுமைப்பித்தன் பற்றியும் பல கட்டுர்ரைகளை அவர் எழுதியுள்ளார். அவை தீர்க்கமானவை; ஆணித்தரமானவை. அனுபவ அறிவு மூலமாகவே பல விஷயங்களைக் கற்றுத் தெரிந்து கொண்டு கொள்கையாளர்களுக்குச் சமமாக உயர்ந்தவர் தி.க.சி." என்பார் எஸ். தோதாத்ரி (தி.க.சி. எனும் ஆளுமை, ப. 54)

இது தி.க.சி. இயல்பானதொரு திறனாய்வாளராக உருவான விதத்தைச் சுட்டும். இதனை மேலும் துலக்குவனவாக தி.க.சி.யின் நேர்காணல்கள் அமைகின்றன.

"ஒவ்வொரு தலைமுறையும், தனக்கு முந்தைய தலைமுறைகளின் அனுபவங்களின், அறிவுச் சேகரிப்புகளின் வேரிலிருந்து கிரகித்துக் கொள்கிறது. கு. அழகிரிசாமி, வல்லிக்கண்ணன், தி.க.சி., கி.ரா., சு.ரா. எமக்கு முந்தைய தலைமுறை அவர்களுக்குப் பாரதி, பாரதிதாசன், புதுமைப்பிதன் முன்னோடித் தலைமுறை, முன்னோடிகளை மேய்ப்பர்களாகக் கொண்டுவிட்டால், அந்தப் புள்ளியில் சிந்திப்பு சுயம் அற்றுப் போகிறது. புத்தம் புதிதான சோதனைகளுக்குச் சொந்தக்காரராக ஆவது இந்தப் புள்ளியைக் கடப்பதனால் உருவாகிறது". என்ற பா. செயப்பிரகாசத்தின் கருத்து (தி.க.சி. எனும் ஆளுமை, ப. 63) தி.க.சி. வாழையடி வாழை என வரும் மரபின் தொடர்ச்சி என்பதை உறுதிசெய்கிறது.

1992 தொடங்கி 2011 வரை தி.க.சி. அளித்த நேர்காணல்களைத் தொகுத்து வே. முத்துக்குமார் தி.க.சி. நேர்காணல்கள் என நூலாக்கியுள்ளார். இவை தினமணிச்சுடர், புதியபார்வை, இலக்கு, யாழ், அரும்பு, ஆனந்த விகடன், தேவி, குங்குமம், ஆறாம் திணை, சிந்தனை, தீராநதி, தினமணி கதிர், சங்கொலி, குமுதம், கதிரவன், புத்தகம் பேசுது,

இனிய உதயம், நடைவண்டி (வலைப்பூ), தங்கம், புதுகைத் தென்றல், உயிர் எழுத்து, யுகமாயினி, சூரிய கதிர் பார்வை ஆகிய இதழ்களில் வெளிவந்துள்ளன.

இந்த நேர்காணல்களை குரு. இராதாகிருஷ்ணன், தஞ்சாவூர்க் கவிராயர், நந்தன், பசுமைக்குமார், தா. தேவராஜன், கே.விநாயக்குமார், ஜி. சதாசிவம், முரளிகனகசபை, களந்தை பீர்முகமது, தளவாய் சுந்தரம், சுகதேவ், வீரபாலன், அ.நா. பாலகிருஷ்ணன், லட்சுமணன், சூரியசந்திரன், சிவதாணு, பாரதிதம்பி, கழனியூரன், பொன். வள்ளிநாயகம், வே.முத்துக்குமார், தர்ம சம்வர்த்தினி ஆகியோர் தி.க.சி.யை நேர் கண்டுள்ளர். பெ.மணியரசன் அவர்கள் எடுத்த நேர்காணல் ஒன்றும் தொகுப்பில் உள்ளது. உயிர் எழுத்து பிப்ரவரி 2011ல் வெளிவந்த நேர்காணலை வே.முத்துக்குமார் எடுத்து தி.க.சி.யின் முழு வாழ்க்கையும் குறித்த பதிவுகள் இதில் உள்ளன. இதழ் ஆசிரியர் கதிர். செந்தில் தி.க.சி. மீதுள்ள பிரியத்தால், மதிப்பால் அட்டை முகப்பில் தி.க.சி.யின் படத்துடன் 'இலக்கியத் தந்தை' என்ற அடையோடு வெளியிட்டார். பின்னர் நேர்காணல்கள் தொகுப்பையும் அவரே பதிப்பித்தார் என்பது குறிப்பிடத்தக்கது.

பொதுவாக நேர்காணல்கள் தனி மனித சாதனைகள், வாழ்க்கைக் குறிப்புகள் என்றவாறே அமையும். ஆனால் தி.க.சி.யின் நேர்காணல்கள் தமிழ் இலக்கிய நெடும்பரப்பின் வரலாற்றுத் துளிகளொடு அமைகின்றன. 'திண்ணைப் பேச்சாக' மாறிவிடும் அபாயம் நேர்காணல்களுக்கு உண்டு. ஆனால் தி.க.சி. அளித்துள்ள நேர்காணல்கள் அவரின் 'இலக்கிய வாக்குமூலங்களாக' அமைகின்றன. தமிழ் நவீன இலக்கியம், திறனாய்வு, இலக்கியக் கல்வி, புத்தகப் பதிப்பு, வாசிப்பு இயக்கம், இலக்கியப் பரிசுகள், இலக்கிய இயக்கங்கள், இலக்கிய மோதல்கள் ஆகியன பற்றி அமைகின்றன. தமிழ்ச் சூழலில் அநேகமாக அதிக நேர்காணல்கள் தந்த திறனாய்வாளராக தி.க.சி.யைத்தான் சொல்லமுடியும். வெளிப்படைத் தன்மை, வெடிப்புக்குரல், கருத்துறுதி, இலட்சியப்பிடிப்பு ஆகிய பண்புகளை அவரின் நேர்ப்பேச்சு போலவே அவரது நேர்காணல்கள் முன் வைக்கின்றன.

“நான் ஒரு எளிய தோட்டக்காரன். எல்லாச் செடிகளும் தண்ணீர் பாய்ச்சுவேன். மலர்கின்ற செடி மலரட்டும். எந்தச் செடியும் கருக எனக்கு மனம் இடம் தராது. நிறைய படைப்பாளிகளை உருவாக்குவதே எனது நோக்கம்” என்பார் தி.க.சி. இதனை விதந்து கூறும் எழுத்தாளர் பொன்னீலன், நான் அவரை இப்படிச் சொல்வேன் “தி.க.சி. ஒரு இலக்கிய மழை. இலக்கிய நிலத்தைக் குளிர்விக்கும் அன்பு மழை. வளர்வதும், வளராததும், நல்ல பலன் தருவதும், தீய பலன் தருவதும், சமூகத்தால் கொண்டாடப்படுவதும், புறக்கணிக்கப்படுவதும் செடிகளின் பிரச்சினை”.

தி.க.சி.யின் நேர்காணல்களில் இடம் பெறும் முக்கியக் கருத்துக்களில் ஒரு சிலவற்றைக் காணலாம்.

விமர்சனம் எப்படி இருக்க வேண்டும், படைப்பாளி எப்படி அதை ஏற்கவேண்டும் என்பதை,

“நடுவுநிலமை, நிதானம், முரண்பாடின்மை (Objectivity, Moderation, Consistency) என்ற பண்புகளுடன் விமர்சனங்கள் வெளிவரவேண்டும். மேலும் எழுத்தாளன் தொட்டால் சுருங்கியாக இருப்பதும் நல்லதல்ல. தரமற்ற, மோசமான விமர்சனங்களை ஒதுக்கிவைக்கும் மனப்பக்குவம் வேண்டும். இம்மனப்பக்குவம் பின்னடைவுக்கு எதிரி. விமர்சனம் என்பது பொறுப்புடன் செய்யப்பட வேண்டிய ஒரு பணி”. (தி.க.சி. நேர்காணல்கள், ப. 24) எனக் குறிப்பிடுவார்.

ஒரு இலக்கியப் படைப்பின் அடிப்படைகளை, “1. கலையழகு (Artistic Beauty) 2. உலகளாவிய மனிதகுல நேயம் (Universal Humanism) 3. சமூக நோக்கு (Social Outlook)” (ப. 29) என்பார்.

தி.க.சி. தன்னுடைய விமர்சனப் பணியை இப்படி கூறுகிறார்,

என்னுடைய விமர்சனப்பணி நமது மண்ணில் ஊறியது. ஒரு தமிழனாக, இந்தியனாக, உலகக் குடிமகனாக நான் இலக்கியத்தைப் பார்க்கிறேன், பயில்கிறேன்! இந்தியாவிலும் உலகத்திலும் என்ன நடக்கிறதென்பதைக் கூர்ந்து கவனிக்கிறேன். என்னுடைய திறனாய்வு சமுதாயவியல் பார்வை கொண்டது. அதே சமயம் படைப்பின் கலைத்தரமும் எனக்கு முக்கியம். வறட்டுத்தனமான போக்குகளில் எனக்கு

நம்பிக்கை கிடையாது... என் அணுகுமுறை Bold, Principled and Persuasive ஆக இருப்பதாய் நான் குறிப்பிடுவது வழக்கம். துணிவான கோட்பாட்டு ரீதியிலான, காரணகாரிய அடிப்படையில் அமைந்தது என் அணுகுமுறை. இதற்கு என் முதல் குரு பாரதிதான். என் வேர்கள் எப்போதும் தமிழ்மண்ணில்தான். (ப. 33)

எழுத்தின் தன்மை, எழுத்தாளனின் படைப்பு மனம் குறித்து இலக்கணம் போன்றதொரு வரையறை,

“இந்த எழுதுகிற வேலை இருக்கிறதே, இதுவே கூடுவிட்டுக் கூடு பாய்கிற வேலைதானே. படைப்பாளிக்கு எத்தனையோவிதமான வேலைகள். ஒவ்வொன்றுக்கும் ஒவ்வொரு விதமான உருவம், கூடு தேவைப்படுகிறது. எழுதுகிறவன் தன்னை ‘சட்டை உரித்துக் கொண்டுதான்’ எழுத்தில் பிரவேசிக்கிறான். எழுதுவதற்கு மிக உயர்ந்த நிலையில் மனம் ஒருமுகப்படுவது அவசியமாகிறது. இதனால்தான் எழுத்து ஒரு தவம் என்று சொல்லுகிறார்கள். எழுத உட்கார்ந்ததும் சுருதி சேருகிறது. ஒரு வித ஆன்மலயம் கைகூடுகிறது. அப்படியே வேறு ஆளாக ஒரு கலைஞனாக மாறுகிறது! ரசவாதம் இங்கே நிகழ்கிறது... எழுத்தில் தீவிரத் தன்மை அல்லது வீறு என்பது படைப்பாளியின் ஆளுமையையும் பரிபக்குவத்தையும் தரிசனத்தையும் சார்ந்தது; அவனது இடையறா உழைப்பைப் பொறுத்தது”. (ப. 36)

தி.க.சி. தாய்மொழி வழிக்கல்வியில் உறுதியோடு இருந்தார். தமிழ்க் கல்வி இயக்கத்திலும் பங்கேற்றார். தற்போதுள்ள கல்விச் சூழலைக் கடுமையாக விமர்சிப்பார்.

“ஆங்கிலத்துக்கு அடிமையாகி பின்னர் உலகமயமாக்கல் மூலம் ஏகாதிபத்தியத்துக்கு அடிமை ஆக வேண்டியதுதான் இனி. தாய்மொழி வாழ்ந்தால்தான் தமிழன் வாழ்வான். தமிழன் வாழ்ந்தால் தான் தமிழ்நாடு வாழும். இப்படிக் கூறுவதால் பொதுவுடைமை சித்தாந்தந்துக்கு ஒன்றும் பிரச்சினை வந்து விடாது. இப்போது தமிழ்ச் சிறுவனுக்கு ஆங்கிலத்தில் சொல்லி விளக்க வேண்டிய அவலத்தில் இருக்கிறோம். சேரன் செங்குட்டுவன் என்று சொல்கிறோம். கனகவிசயன் தலையில் கல் எடுத்து வந்தோம் என்று சொல்கிறோம். ஆனால் ஐந்தாம் வகுப்பு வரை கூட தமிழைக் கொண்டு வரமுடியவில்லை. தன்மான இயக்கம் என்று ஒரு

இயக்கம் உண்மையிலேயே இருக்குமானால் அது தமிழைக் கல்விமொழியாக்கும் இயக்கமாக இருக்க வேண்டும்". (ப. 49)

இலக்கியம் செழிப்பதற்கான காரணிகளைக் கூறும் தி.க.சி. தன் செயல்பாட்டையும் முன்வைக்கிறார்,

"எழுத்தாளர்கள் சிலரிடையே காணப்படும் ஈகோயிசம் என்னும் ஆணவம், எலைட்டிசம் எனப்படும் மிரட்டுதல் போன்ற உப்பரிகை மனப்பான்மை, குறுங்குழுவாதம் என்கிற பெயரிலான இலக்கியக் கிருமிகள் - இந்த மூன்று வியாதிகளும் ஒழிந்தால் தான் நமது இலக்கியம் செழிக்கும்".

இலக்கியத்தில் நான் சாதாரணமான தோட்டக்காரன். இளம் எழுத்தாளர்கள் என்ற செடிகள் வாடிவிடாமல் பாதுகாக்கும் வேலையைச் செய்து வருகிறேன்". (பக். 68 - 69)

இந்தப் பணிக்குக் கிடைத்த அங்கீகாரமாகவே சாகித்திய அகாதெமி விருதினை அவர் கருதினார்.

தி.க.சி. தமது விமர்சனப் பார்வையை இப்படிப் பதிவு செய்கிறார்:

"என்னைப் பொறுத்த வரையில் கலை அழகுள்ள, சமுதாயப் பொறுப்புள்ள, மனித நேயமிக்க எந்தக் கலைப் படைப்பையும் அது எவரிடம் இருந்து வந்தாலும் எங்கிருந்து வந்தாலும் நான் வரவேற்பேன், பாராட்டுவேன். சரியாகச் சொன்னால் கவிதையில் பாரதி, பாரதிதாசன், உரைநடையில் வ.ராமசாமி (வ.ரா), புதுமைப்பித்தன், வெ. சாமிநாத சர்மா ஆகியோரின் பாதையில் எழுதப்படும் எந்தப் படைப்பையும் ஆதரிப்பேன். அப்படி நான் தவறு செய்யும் பொழுது யாராவது சுட்டிக் காட்டினால் அதைத் திருத்திக்கொள்ளவும் தயங்குவதில்லை. அழகியல், அறவியல், அறிவியல் இம் மூன்றும் ஒருங்கிணைந்த கலைப்படைப்பே சிறந்த படைப்பு என நான் கருதுகிறேன்". (ப. 67)

இளைய தலைமுறைப் படைப்பாளிகளுக்கு தி.க.சி.யின் வழிகாட்டல் :

"எப்பொழுதும் எழுத்தாளன் என்பவன் மனம் தளராது சமூகப் பொறுப்புள்ளவனாக இருக்க வேண்டும். கவிதையோ, கதையோ,

நாவலோ எதை எழுதக் கூடியவனாக இருந்தாலும் எழுதுவதோடு நின்றுவிடாமல் வெளியே வந்து போராட வரவேண்டும். சமூகக் கொடுமைகளைக் கண்டு கோபம் கொண்டு மனித நேயத்துடன் அந்தப் பிரச்சினைகளை அணுகி, ஆராய்ந்து தனது கருத்தைப் படைப்பில் காட்ட வேண்டும். அறைக்குள் உட்கார்ந்துகொண்டு எழுதும் படைப்பாளியின் படைப்பு மக்களின் வாழ்வியலை உணர்த்தாது. மக்களின் வாழ்வியலை உணர்த்தாத படைப்பு பயனற்றது". (ப.89)

பொதுவுடைமை இயக்கத்தைச் சேர்ந்தவராக இருந்தாலும் திராவிட இயக்கம் குறித்தச் சரியான மதிப்பீட்டைத் தி.க.சி. கொண்டிருந்தார்.

"திராவிட இலக்கியத்தின் பங்களிப்பு என்பது அண்ணா, பாரதிதாசன், டி.கே.சீனிவாசன், இராதாமணாளன், நெடுஞ்செழியன், வாணன், செழியன், கருணாநிதி எனநிறைய இருக்கிறது. அவர்களின் படைப்பில் கருத்து வலியுறுத்தல் இருந்தது. பத்திரிகையிலும் திரைப்படத் துறையிலும் சாதனையாளர்களாக இருந்தார்கள்". (ப. 97)

இன்றைய நவீன இலக்கியம் எப்படியுள்ளது?

"நவீன இலக்கிய வாதிகள் இன்று பல்வேறு குழுக்களாக பல்வேறு தளங்களில் இயங்குகிறார்கள். எது நவீன இலக்கியம் என்பதிலேயே அவர்களுக்குள் கருத்து வேறுபாடு உள்ளது. அதீத கற்பனை (Fantasy) மற்றும் மாய எதார்த்தவாதம் (Magical Realism) என்ற கோட்பாட்டின் அடிப்படையில் படைக்கப்படும் இலக்கியங்களே உன்னதமான இலக்கியங்கள் என்று சிலர் கருதுகிறார்கள். எதார்த்தவாத கவிதைகளைச் சிலர் ஏற்றுக் கொள்ளவில்லை. வானம்பாடி இயக்கத்தின் படைப்புகளை இவர்கள் அங்கீகரிக்க மறுக்கிறார்கள். தன் அக உலகம் மற்றும் புற உலகம் சார்ந்த படைப்புகளை மட்டும் ஒரு குழுவினர் நவீன இலக்கியம் என்று ஏற்றுக் கொள்கிறார்கள். தனக்கென்று சில தத்துவங்களை வரித்துக் கொண்டு அத்தத்துவங்களுக்காக எழுதுகிறார்கள். தங்களை சுத்த அறிவுஜீவிகள் என்று பறைசாற்றிக் கொள்கிறார்கள். அவர்கள் தங்களுக்குத் தானே சில மாய வட்டங்களைப் போட்டுக் கொண்டு தனித்தனித் தீவுகளாக வாழ்கிறார்கள்". (ப. 159)

இது இன்றைய நவீன இலக்கியம் குறித்த தி.க.சி.யின் மதிப்பீடாக அமைகின்றது.

ஆக தி.க.சி.யின் நேர்காணல்கள் இலக்கியம், எழுத்தாளர், திறனாய்வு, இதழ்கள், சமூக மேம்பாடு, சமுதாய மாற்றம் ஆகியனவற்றை முன்வைத்து முற்போக்கு, ஜனநாயக, மனிதநேயக் கருத்துக்களைப் பதிவு செய்கின்றன. தி.க.சி.யின் சமூகம் பற்றிய பார்வை, அவரின் தத்துவார்த்த நிலைப்பாடு, இயக்கச் சார்பு ஆகியவை இவைகள் வழி தெளிவாகின்றன. இந்த நேர்காணல்கள் யாவும் சம கால இலக்கிய வரலாற்றின் ஒரு சிறுபகுதியாக அமைகின்றன எனலாம்.

9

என்றும் அன்புடன்

கடிதங்கள் உள்ளம் தொட்டுப் பேசக்கூடியவை. உணர்வுப் பிழிவுகளாக அவை அமைகின்றன. நலம் விசாரிக்கும், தகவல் பரிமாறும் கடிதங்களைக் காட்டிலும் இலக்கியக் கடிதங்கள் மேலானவை. 'கடித இலக்கியம்' என்றொரு இலக்கிய வகைமை உருவாகும் அளவுக்கு இதற்குச் செல்வாக்கு உண்டு. நவீனத் தமிழ் இலக்கியத்தில் பாரதி தொடங்கி பல இலக்கிய வாணர்களும் எழுதிய கடிதங்கள் புகழ்பெற்றவை.

தி.க.சி. ஒரு கடிதக்காரார். அஞ்சல் அட்டையில் படைப்பாளிகள், பத்திரிக்கையாளர்கள், வாசகர்கள்... ஆகியோருடன் வாசிப்பு இயக்கத்தையே நடத்தியவர். இவரின் கடிதங்கள் காரணமாகவே 'அஞ்சல் அட்டை எழுத்தாளர்', 'போஸ்ட்கார்டு இலக்கியம்' என்றெல்லாம் ஏளனம் செய்யப்பட்டவர். அதே நேரத்தில் தி.க.சி.யின் அஞ்சல் அட்டை தாங்கி வந்த பத்திருபது சொற்களால் இலக்கிய வானில் சிறகுகட்டிப் பறந்தவர்கள் ஏராளம்.

தி.க.சி.க்கும் கடிதம் எழுதும் வழக்கம் இளமையிலேயே தொடங்கி விட்டது என்பதை அவரது நாட்குறிப்புகள் (1948) சுட்டுகின்றன. அவரின் அந்த 23 ஆம் வயதிலேயே கடிதம் எழுதுதல் ஓர் அன்றாட நிகழ்வாக இருந்ததை அறியமுடிகிறது. இதழ், புத்தகம் வாசித்தல், நண்பர்கள்

சந்திப்பு, நிகழ்வுகளில் பங்கேற்றல், நாடகம், திரைப்படம் காணுதல் என்பனவற்றோடு யாரிடமிருந்து கடிதம் வந்தது, யாருக்கு கடிதம் எழுதியது போன்ற விவரங்கள் நாட்குறிப்பில் இடம் பெற்றுள்ளன. "இன்று ரகுநாதனுக்கு *10* பக்கக் கடிதமொன்று எழுதியிருக்கிறேன்" (ப. *79*).

"கண்ணதாசன், பாப்பா ஆசிரியர் ஆகியோருக்குக் கடிதம் எழுதியிருக்கிறேன்" (ப. *43*), கடிதம் வ.க.வு.க்கு எழுதினேன் (ப. *56*), ரகுநாதன் லெட்டருக்கு எடைபார்க்க தபால் ஆபீசுக்குப் போகும் போது தி.ப.தி.யைக் கண்டேன் (ப. *117*), "Letter from Va. Ka. S. Book Post; Card to தணலன்" (ப. *148*), இன்று கடிதப் போக்கு வரத்துகள் குஷியாக நடந்தன (ப. *151*) என்றெல்லாம் தி.க.சி. பதிவு செய்துள்ளது கடிதங்கள் மீதான அவரின் ஈர்ப்பை உணர்த்தும்.

தி.க.சி. தன் கடித இலக்கியம் குறித்த அறிமுகத்தை "உலகப் புகழ்பெற்ற எழுத்தாளர் மாக்சிம் கார்க்கி இருபதாயிரத்திற்கும் மேற்பட்ட கடிதங்கள் எழுதியிருப்பதாகவும், அவை அத்தனையும் இலக்கியத் தரம் வாய்ந்தவை என்றும் சொல்லப்பட்டு வருகின்றது. இந்திய எழுத்தாளர்களில் குறிப்பாக, தமிழ் எழுத்தாளர்களிடையே கடிதம் எழுதும் பழக்கம் மிகவும் குறைவுதான். கடித இலக்கியத்தை வளர்க்கும் பணியில் ஆர்வம் கொண்டிருந்தவர்களில் ரகசிகமணி, கு. அழகிரிசாமி, புதமைப்பித்தன் ஆகியோர்களை முக்கியமாகச் சொல்லலாம். *1960* ஆம் ஆண்டில், கி.ராஜநாரயணனும், தீப. நடராஜனும் (ரசிகமணியின் பேரன்) கையெழுத்துக் கடிதப் பத்திரிகையொன்றை நடத்தத் திட்டமிட்டார்கள். இதற்கு அழகிரிசாமி, வல்லிக்கண்ணன், சுந்தரராமசாமி, கிருஷ்ணன் நம்பி, கி.ராஜநாரயணன், தீப. நடராஜன், நா. பார்த்தசாரதி மற்றும் நான் ஆகிய எட்டு பேர்கள்தான் இக்கையெழுத்துக் கடிதப் பத்திரிக்கையின் ஆசிரியர்கள் மற்றும் வாசகர்கள். இக்கடிதப் பத்திரிகைக்கு 'ஊஞ்சல்' என்று பெயர் சூட்டினோம். இந்த ஊஞ்சல் கடிதம் ஒவ்வொருவரிடமும் செல்லும் போது, அதற்குப் பதில் கடிதம் ஒன்றும் சொந்தக் கடிதம் ஒன்றும் எழுதவேண்டும். இவ்வாறு ஏழு பேரிடமும் சென்று இறுதியில் கி.ரா. விடம் வந்து சேரும்போது ஓர் இதழ் நிறைவு பெற்றதாக அர்த்தம். ஊஞ்சலுக்கு உந்து விசையாக இருந்தது உற்சாகமாக கடிதம் எழுதியவர்களில் எனக்கும் வல்லிக்கண்ணனுக்கும் நிறைய பங்குண்டு. கி.ரா.வின் பெரிதான முயற்சியினால் வந்து கொண்டிருந்த ஊஞ்சலுக்கு

சில காலங்களில் முற்றுப்புள்ளி வைத்துவிட்டார்கள். சுந்தரராமசாமியும், கு. அழகிரிசாமியும். பிற்காலத்தில், 1965 ஆம் ஆண்டு மே மாதத்தில் தீபம் முதல் இதழ் வெளிவந்த போது ஊஞ்சலில் வந்த சில கடிதங்களை அவ்விதழ்களில் தொடர்ந்து பிரசுரித்து ஊஞ்சலை இலக்கிய உலகுக்கு அறிமுகப்படுத்தி வைத்தார் தீபம் ஆசிரியர் நா. பார்த்தசாரதி". (நேர்காணல்கள், ப. 158)

தி.க.சி.யால் 'என் குருநாதர்' என அழைக்கப்பட்ட வல்லிக் கண்ணன்தான் கடித இலக்கியத்திலும் அவருக்கு முன்னோடியாகிறார். தி.க.சி. - வ.க. கடிதங்கள் மிக அதிக அளவிலானவை. நீண்ட காலம், அதிக எண்ணிக்கை என்ற வகையில் இருவரது கடிதங்களும் புகழ்பெற்றவை.

"வல்லிக்கண்ணன் தன் இறுதிக்காலம் வரை எழுத்தாள நண்பர்களுக்குக் கடிதம் எழுதுவதை வாடிக்கையாகக் கொண்டிருந்தார். அதே போல் தி.க.சி.யும் தினமும் சுமார் 10 கடிதங்கள் வரை நண்பர்களுக்கு எழுதுவதை வழக்கமாகக் கொண்டிருந்தார். மாதம் தோறும் 100 உள்நாட்டு கவர்களையும், 100 அஞ்சல் அட்டைகளையும் தி.க.சி.க்கு நான் மொத்தமாக வாங்கிக் கொடுத்து வந்தேன். வல்லிக்கண்ணன் தனிப்பட்ட முறையில் தினசரி ஒரு கடிதமாவது தி.க.சி.க்கு எழுதுவதை வழக்கமாகக் கொண்டிருந்தார்.

அஞ்சலகங்களுக்கு விடுமுறை தினங்களைத் தவிர மற்ற தினங்களுக்கு வ.க. விடமிருந்து தி.க.சி.க்கு கடிதம் வந்து விடும். அந்தக் கடிதத்தில் நலவிசாரிப்புகள், குடும்ப விசாரிப்புகள் என்று எப்போதாவது தான் சேதிகள் காணப்படும். மற்றபடி சென்னையில் நடைபெற்ற இலக்கியச் சந்திப்புகள், நிகழ்வுகள் பற்றியதாகவே இருக்கும்" (வ.க. - தி.க.சி. கடிதங்கள், ப. 7) என கழனியூரன் பதிவு செய்கிறார்.

தி.க.சி. அஞ்சல் அட்டையில் கொட்டை எழுத்தில் முத்து முத்தாக எழுதுவார். மேல் முகப்பில் தி.க.சி. 21இ, சுடலைமாடன் தெரு, நெல்லை 6, என்று இருக்கும். தொடர்ந்து நாளும் கிழமையும் இருக்கும். தொடர்ந்து விளித்தல் செய்தி 'தந்தி' மாதிரி சுருக்கமாக இருக்கும். அதில் முக்கியப்பகுதிக்கு அடிக்கோடிடுவது அவர் வழக்கம். என்றும் அன்புடன் என்று கடிதத்தை முடிப்பார். அரைப்புள்ளி, வியப்புக்குறி, கேள்விக்குறி போன்ற நிறுத்தற்குறிகள் ஓவியம் மாதிரி மின்னும்.

'மிக்க அன்புடன்' என்று கடிதத்தை முடிக்க நான் தி.க.சி.யிடம் இருந்துதான் கற்றேன்'' (தி.க.சி. எனும் ஆளுமை ப. 51) என்பார் அசோகமித்திரன்.

தி.க.சி. எல்லா இதழ்களுக்கும் குறிப்பாக இலக்கியச் சிற்றதழ்களுக்கும் கடிதம் எழுதக் கூடியவர். தமிழ் இதழ்களில் அவர் அதிகம் கடிதம் எழுதியது தினமணிக்குத் தான். சமூக நாட்டமிகு அவரின் கடிதங்களை முக்கியக் கவனத்துடன் தினமணி வெளியிட்டது. சான்றுக்கு ஒன்று,

தமிழிசை இயக்கத்தின் முன்னோடி

"ரசிகமணி டி.கே.சி. புதுமையும் பன்முக ஆளுமையும் கொண்ட தமிழ் அறிஞர். அவரது பணிகளில் தலையாயது 1940 ஆம் ஆண்டுகளில் அவரது முன் முயற்சியால் தோன்றிய 'தமிழிசை இயக்கம்'. கல்கி, இராஜாஜி ஆகியோரின் துணையுடன் இராஜா அண்ணாமலைச் செட்டியார் ஆதரவுடன் டி.கே.சி. பேரார்வத்துடன் தோற்றுவித்த தமிழிசை இயக்கம் இன்று எப்படி இருக்கிறது? தாமிரபரணி நதி, இப்போது வறண்டு கிடப்பது போல், சகதியும், சேறுமாகத் தேங்கி நிற்பது போல தமிழிசை இயக்கம் குற்றுயிரும் குலை உயிருமாகக் கிடக்கிறது. அதே சமயம் தமிழகத்தில் மேல்நாட்டு மைக்கேல் ஜாக்சன் இசையும், இதர பிராந்திய இசையும் ஒலி நாடக்கள் வடிவிலும், வானொலி, தொலைக்காட்சி வாயிலாககவும் நமது வீடு தோறும் புகுந்து அட்டகாசம் செய்கின்றன. ஒரு தமிழ்க் குழந்தைக்குத் 'தமிழ்க்காது' இல்லாமல் செய்யும் திருப்பணியில் தமிழர்களாகிய நாம் வெட்கமின்றி ஈடுபடுகிறோம்.

தமிழிசையின் மூலவர் டி.கே.சி. மறைந்து விட்டார். தமிழிசைக்காக இரவும், பகலும் எழுதிவந்த 'கல்கி'யும் காலமாகிவிட்டார். மூதறிஞர் இராஜாஜியும் இன்றில்லை. எனவே தமிழிசையும், தமிழ்ப்பாடகர்களும், பாடல் இயற்றுவோரும், ரசிகர்களும் அநாதைகளாகக் கையைப் பிசைந்து கொண்டு நிற்கின்றனர். இந்த அவல நிலை வெகு விரைவில் மாற்றப்பட வேண்டும். இதற்கான முயற்சிகள் ஒட்டுமொத்த தமிழ்ச் சமுதாயத்தால் உடனடியாக மேற்கொள்ளப்பட வேண்டும்.

தமிழிசையால் ஒன்றுபடுவோம்; தமிழ்நாட்டில் நல்லிணக்கமும், அன்புப் பெருக்கும் வற்றிப்போயுள்ள இவ்வேளையில் தமிழிசை

இயக்கமே, தாய்மொழி இசைக்கு நாம் வழங்கும் முதன்மையே நமக்கு நல்வாழ்வு நல்கும். தமிழால் ஒன்றுபடுவோம். தமிழிசையை நமது உயிரெனப் போற்றி வளர்ப்போம். (தினமணி, 19, 1997)

தி.க.சி.யின் பெரும்பாலான கடிதங்கள் முதன்மைக் கடிதமாக பெட்டி (Box) அடைப்புக்குள் வெளிவரும். அவர் மறைவு வரை இது தொடர்ந்தது. தி.க.சி.யின் தினமணி நாளிதழ் உடனான தொடர்பைக் கௌரவப்படுத்தும் விதமாக ஆசிரியர் கே. வைத்தியநாதன், தினமணி - திருநெல்வேலி பதிப்பின் தொடக்க நிகழ்வினை 24. 02. 2005 இல் தி.க.சி. குத்து விளக்கேற்றி நடத்தினார். தி.க.சி.யின் பண்பினைக் கலாரசிகன் (தினமணி ஆசிரியர்), தி.க.சி.யிடம் நான் கற்ற பாடம், மனம் திறந்து மற்றவர்களைப் பாரட்டுவது, "மழை பொழிவது போல நாம் பாராட்டினுமய்யா... புல், பூண்டு புல்லாத்தான் இருக்கும். மரமாவளர்வது மரமா உயர்ந்து வளரும். அப்படித்தான் எழுத்தாளர்களும் மழை பெய்யாமல் இருந்தால் எப்படி மரமும் வளராமல் போயிடுமோ... அப்படித்தான் பாராட்டாமல் இருந்தா வளர வேண்டிய எழுத்தாளனும் வளராமலேயே போய்விடுவான்" என்பது அந்த அரிஸ்டாட்டில் எனக்குக் கற்றுத் தந்த பாடம்" (தினமணி, 30. 03. 2014) எனச் சுட்டுவார்.

தி.க.சியின் கடிதங்கள் எனும் ஊக்க மருந்தால் வளர்ந்த இளம் எழுத்தாளர்கள் பலர் இன்று தமிழின் முன்னணி எழுத்தாளர்களாக உள்ளனர்.

எழுத்தாளர் வண்ணநிலவன், "தி.க.சி. என்ன எழுதினாலும் அதில் துடிப்பும் ஜீவனுமிருக்கும். கடிதங்களில் கூட இதைக் காணலாம். தி.க.சி.யைக் 'கடித எழுத்தாளர்' என்று கூடச் சிலர் கேலி செய்திருக்கின்றனர். ஆனால், 1970 இல் முதன் முதலாக எழுத ஆரம்பித்த எனக்கு, என்னுடைய கதைகளைப் படித்துவிட்டு உற்சாகப்படுத்தி எழுதிய கடிதங்கள் மிக முக்கியமானவை. நான் என்றில்லை அந்த 70களில் என்னைப் போலவே எழுத ஆரம்பித்த பூமணி, பா. ஜெயபிரகாசம், பிரபஞ்சன் போன்ற பலருக்கும் அவர்களது படைப்புகளைப் பற்றி உற்சாகப்படுத்திக் கடிதம் எழுதியிருக்கிறார் தி.க.சி. இளம் மலரும் எழுத்தாளர்களான எங்களுக்கு தி.க.சி.யின் கடிதங்கள் ஊட்டச்சத்து மிக்க டானிக் போன்றவை.

இன்றைய இளம் எழுத்தாளர்களுக்கும் அவர்களது படைப்புகளைப் பற்றிக் கடிதங்கள் எழுதி ஊக்கப்படுத்தி வந்தார்கள். தமிழகத்தில் மட்டுமின்றி, இலங்கை எழுத்தாளர்கள் ஜீவா, டேனியல், கதிர்காமநாதன், செ. யோகநாதன், தெணியான், மாத்தளை சோமு போன்ற பல இலங்கை எழுத்தாளர்கள் தி.க.சி.யின் நல்ல நண்பர்கள்" (தி.க.சி. எனும் ஆளுமை, ப. 84) எனப் பதிவு செய்கிறார்.

இந்தக் கருத்து உண்மையானது. தலைமுறை இடைவெளி கடந்து தமிழ்நாடு முழுவதும் பல இளைய எழுத்தாளர்களை தி.க.சி. தன் கடிதங்கள் வாயிலாக உற்சாகப்படுத்தினார். முகம் அறியாத நிலையிலும் படைப்புகளின் ஊடாக இந்தப் புரிந்துணர்வு பாசப்பிணைப்பாக முகிழ்த்திருந்தது.

தி.க.சி.யின் கடிதங்களின் பின்புலத்தை அறிஞர் ஆ. சிவசுப்பிரமணியன், "அவருடைய முக்கியமான பண்பு தொலைபேசி, கைபேசி என்பன பரவலாக அறிமுகமாகாத காலகட்டத்தில் எளிமையான தொடர்புச் சாதனமாக அஞ்சல் அட்டையைப் பயன்படுத்தி வந்தது தான். அவர் எழுதிய அஞ்சல் அட்டைகள் பல படைப்பாளிகளை ஊக்குவித்தன. பல படைப்பாளிகளைத் தம் படைப்புகளில் உள்ள குறைபாடுகளை உணரும்படி செய்தன. இளம் படைப்பாளிகளுக்கு வழிகாட்டியாக அமைந்தன" (தி.க.சி. எனும் ஆளுமை, ப.96) என்பார்.

"பிற்காலத்தில் கவிஞனாகவும் பத்திரிகையாளனாகவும் தி.க.சிவசங்கரன் எழுதிய கடிதங்களைப் பெறும் வாய்ப்பு எனக்குப் பலமுறை கிடைத்திருக்கிறது. அவர் தனிப்பட்ட முறையில் எழுதிய இரண்டாவது கடிதம் ஞாபகத்திலும் கடைசிக் கடிதம் மேஜை அறைக்குள்ளும் இருக்கின்றன. எனது முதலாவது கவிதைத் தொகுப்பு - கோடைக்காலக் குறிப்புகள் வெளிவந்த நாட்களில் புத்தகத்தைப் பாராட்டி வந்த முதல் மூன்று கடிதங்களில் ஒன்று தி.க.சி. எழுதியது. மற்ற இரண்டும் முறையே வல்லிக்கண்ணன்; வெங்கட் சாமிநாதன் எழுதியவை. தி.க.சி.யின் அஞ்சலட்டைக் கடிதத்துக்கும் வல்லிக்கண்ணனின் நான்கு பக்கக் கடிதத்துக்கும் சாரத்தில் வித்தியாசமில்லை. இரண்டிலும் பொதுவான சொற்கள் இருந்தன. புதுமை போக்கு, முற்போக்குச் சிந்தனை போன்ற வார்த்தைகள் இருந்தன. வல்லிக்கண்ணன் தொகுப்பிலிருந்து இருபது கவிதைகளையும் விரிவாக மேற்கோள் காட்டி எழுதியிருந்ததும்

தி.க.சி. ஒரு கவிதையில் இடம் பெற்றிருந்த படிமத்தை எடுத்துக் காட்டி அதில் முற்போக்குப் பார்வை வெளிப்படுவதாகக் குறிப்பிட்டிருந்ததும் நினைவுக்கு வருகிறது. 'தாமிரச் சூரியன்' என்ற அந்தச் சொற்பிரயோகத்தை வெங்கட்சாமிநாதன் 'இடது சாரிப் பம்மாத்து' என்று சாடியிருந்தார். அதே படிமத்தை 'முற்போக்குச் சிந்தனை' என்று தி.க.சி. பாராட்டியிருந்தார்". (தி.க.சி. எனும் தோழமை, சுகுமாரன், பக்.*128-129*)

கவிஞர் கருமலைப் பழம் நீ, தி.க.சி.க்கான அஞ்சலிக் கவிதையை 'ஒரு கடித இலக்கியம் கண்மூடிக் கொண்டது' என்ற தலைப்பில் எழுதினார். இதில்,

அறிவின் ஒளி வீசி
அன்பின் மணம் கமழ
நடந்து வந்த எங்கள்
கடித இலக்கியம் – இன்று
அகிலமெலாம் கண்கலங்க...
அமைதியாய் விழி மூடிக்கொண்டது! என்றும்,

கடித இலக்கியம் படைத்த
எங்கள் தி.க.சி. அண்ணலே!
இலக்கியச் சுவையுடன் இனி
கடிதம் யார் எழுதப் போகிறார்கள்?
அஞ்சல் துறை கூட முன்கூட்டியே
அறிந்து கொண்டதால் தானா
அஞ்சல் அட்டைகளை அச்சிட
அவசரமாய் நிறுத்திக் கொண்டது? என்றும்

கடித இலக்கியமாய் தி.க.சி.யைப் பாராட்டுகின்றார்

கவிஞர் பேனா மனோகரனும் தன் கவிதையில்,

விண்ணிலிருந்து எரிநட்சத்திரங்கள்
விழுந்ததைத்தான் பார்த்திருக்கிறோம்
மண்ணிலிருந்து நட்சத்திரமொன்றை
விண்ணுலகுக்கு அனுப்பியிருக்கிறோம்

விண்ணுலகே வியந்து பாராட்டும்
ஆனாலும்
சிறுபிள்ளைத்தனமாய் ஓர் எதிர்பார்ப்பு
இனிமேல்
ஆகாயத்திலிருந்தும் வரக்கூடுமோ
அஞ்சலட்டைகள்?

என தி.க.சி.யின் கடிதம் எழுதும் கலையினை கௌரவப்படுத்துகிறார்.

பாரதிதம்பி தி.க.சி.யின் கடிதங்கள் குறித்து, "எங்கிருந்தோ அஞ்சலில் வரும் சிற்றிதழ்களை முழுமையாகப் படித்துவிட்டு இரண்டு வரியாவது தட்டிக்கொடுத்து கடிதம் எழுதிவிடுகிறார். தீவிர இலக்கிய இதழ்கள் முதல், தினமணி வரைக்கும் இவரது விமர்சனங்களைத் தாங்கிய கடிதங்கள் இப்போதும் சென்று கொண்டிருக்கின்றன. உள்ளூரிலேயே இருக்கும் எனக்கே ஒரு தடவை கடிதம் போட்டார். வயது காரணமாக கை நடுக்கம் வந்துவிட்ட போதிலும் நண்பர்களின் உதவியோடு கடிதம் எழுதிக் கொண்டே இருக்கிறார்.

தி.க.சி.க்கு ரேஷன் கார்டை அனுப்பிவச்சாலும் விமர்சனம் எழுதிடுவாரு என்று எதிர்க் கருத்து சொல்வோரும் உண்டு. "இவ்வளவு சிரமப்பட்டு எழுதத்தான் வேண்டுமா?" என்று கேட்டால், "ரோட்டுல நடந்து போறோம், எதிர்ல வர்ற ஒருத்தர் வணக்கம் சொல்றார். மரியதைக்குத் திருப்பி வணக்கம் சொல்லணுமா... வேண்டாமா? அவர் நண்பரா, விரோதியான்னு அப்புறமா பார்த்துக்கலாம்" என்கிறார் சலனமில்லாமல் (நேர்காணல்கள், ப. *114*).

தி.க.சி. எழுதிய அஞ்சலட்டை ஒன்று,

தி.க.சி., *22.06.13.*
21இ, சுடலைமாடன் தெரு,
நெல்லை 6,

அன்புமிக்க நண்பர் உரப்புளி நா. ஜெயராமன் அவர்களுக்கு, வணக்கம்,

நேற்று மதியம் தங்கள் *19.6.13* மடலும், 'மஞ்சத்தண்ணி' எனும் அழகிய அச்சாக்கச் சிறுகதைத் தொகுப்பும் பெற்றேன் மிக்க நன்றி.

இப்போது, என் உடல் நலமும் கண்பார்வையும் மிகக்குறைவு, 90 அம் வயதைத் தொடும் முயற்சியில், பற்பல முதுமை நோய்களுடன் வாழ்கிறேன். இன்று காலையில்தான் நூலின் முன்னுரை, அணிந்துரை, தங்கள் நன்றியுரை யாவையும் வாசித்துவிட்டு, 'மஞ்சத்தண்ணி' எனும் தங்கள் 13 பக்கச் சிறுகதையும் படித்தேன்.

'மு.வ.'வின் மரபில் எழுதப் பெற்றுள்ள இச் சிறுகதையின் கருத்தும், வார்ப்பும் எனக்குப் பிடித்திருக்கின்றன.

தங்களுக்கு என் இதயங்கனிந்த நல்வாழ்த்துக்கள்! தங்கள் படைப்பாற்றல்கள் மென்மேலும் வளர்க! வெல்க!

ஏற்கனவே படிக்க வேண்டிய பல முக்கிய நூல்கள், என் மேஜை மீது குவிந்துள்ளன; அவற்றைப் படித்து முடித்ததும், தங்கள் தொகுப்பிலுள்ள ஏனைய கதைகளையும் படிப்பேன்; அதற்குச் சில வாரங்கள் ஆகலாம்; எனினும் உங்கள் படைப்பாற்றலை உடனே பாராட்டவே இம்மடல்!

என்றும் அன்புடன்
தி.க.சி.

தி.க.சி.யின் கடிதங்கள் ஊக்குவிப்புகள் என்பதற்கு மேலாக, இதழ்கள், நூல்கள், படைப்பாளிகள், நிகழ்வுகள் என்பவை குறித்த அரிய பதிவுகளாக அமைகின்றன. இவை சமகால இலக்கிய வரலாறு உருவாக்கிடத் துணை நிற்கும்.

"தபால் கார்டில் நான் எழுதிப் போடுகிற விமர்சனம் ஒரு பத்திரிகையைப் பலப்படுத்தும்; நேர்வழிப்படுத்தும்; சில படைப்பாளிகளை இலக்கிய உலகுக்கு அழைத்துவரும் என்று நான் இன்னமும் திடமாக நம்புகிறேன்.

எனது விமர்சனக் கடிதங்கள் : Brief, Frank and Pointed" என்பார் தி.க.சி.

பா.செயப்பிரகாசம் தமது விரிவான ஆய்வுரையின் இறுதியில், "மிக அருந்தலாய்க் காணக்கிடக்கும் ஒரு மனிதர். முழுமையாக இலக்கிய வாழ்வு வாழ்ந்ததைக் கால்க்காசு கடுதாசி சொல்லியபடி நிற்கும்" எனக் கூறுவது சாலப்பொருத்தம்.

10

விமர்சனத் தமிழ்

தி.க.சி.யின் முதல் படைப்பு 1942 இல் பிரசண்ட விகடனில் வந்த 'ஏழணா' எனும் சிறுகதை. பதினெட்டு வயதில் படைப்புத் தளத்தில் தன் எழுத்துப் பணியைத் தொடங்குகிறார். அதற்கும் முன்பே கையெழுத்துப் பத்திரிகை, படைப்புகள் என அவரின் இலக்கியத் தேட்டம் தொடங்கிவிட்டது. கவிதைகள், நாடகங்கள், திரை விமர்சனங்கள்... என இதழ்களில் எழுதிவந்தவர் திறனாய்வுத் தளத்திற்கு வந்து சேர்கிறார்.

"1953 லிருந்து விமர்சனத் துறையில் கவனம் செலுத்தத் தொடங்கினேன். எனக்கு இதில் ஊக்கமளித்தவர் பேராசிரியர் நா. வானமாமலை. கண்ணதாசன், மு.வ., பாரதிதாசன் போன்ற இலக்கியவாதிகளின் படைப்புகளைப் பற்றி விமர்சனக் கட்டுரைகளை 1952ல் இருந்து ஜனசக்தியிலும், எஸ். ஏ. முருகானந்தத்தின் சாந்தியிலும் எழுதத் தொடங்கினேன்" என்பார் தி.க.சி.

கிராம ஊழியன் இதழில் திரைப்பட விமர்சனங்கள் எழுதிவந்த தி.க.சி.யை இலக்கிய விமர்சனங்கள் எழுதத் தூண்டியவர் நா.வானமாமலை. தம் தொடக்ககால எழுத்து முயற்சியை தி.க.சி. இப்படிப் பதிவு செய்கிறார் :

"அந்நாட்களில் மு.வரதராசனாரின் நாவல்களும் இதர நூல்களும் தமிழகத்தில் பரபரப்பாக விற்பனையாகிக் கொண்டிருந்தன. நா.வா.

சொல்லியபடி, மு.வ.வின் எண்பதுக்கும் மேற்பட்ட புத்தகங்களையும் வாங்கி, அனைத்தையும் படித்தேன். அவை பற்றி ஆழ்ந்த விமர்சனக் கட்டுரைகள் எழுதினேன். அவை 'ஜனசக்தி'யில் தொடர்ந்து வெளிவந்தன. பின்னர் அவற்றைத் தொகுத்து மு.வ.வுக்கு அனுப்பிவைத்தேன். அவர் எந்த விதமான பதிலும் சொல்லாமல், "உங்கள் கருத்தைச் சொல்லியிருக்கிறீர்கள் நன்றி"! என்று ஒரு போஸ்ட் கார்டில் தெரிவித்திருந்தார். அதுவும் மறக்க முடியாத நிகழ்ச்சிதான்". (தி.க.சி. என்ற மனிதன் சில மதிப்பீடுகள், ப. 5)

1950 களில் தமிழ் இலக்கியச் சூழல் கவனிக்கத்தக்கது. படைப்பிலக்கியம் வளரத் தொடங்கி இருந்தது. தமிழ்த் திறனாய்வுத் துறையும் கூட கல்விப்புல வட்டார ஏற்பினைப் பெற்று நடைபயின்ற காலம். படைப்பில் குறிப்பாக புதுக்கவிதைகளை முன்வைத்து எழுந்த விவாதம் கலை கலைக்காகவா? மக்களுக்காகவா? என இலக்கியச் செல்நெறி சார்ந்து நகர்ந்தது. தேசிய இயக்கம், திராவிட இயக்கம், பொதுவுடைமை இயக்கம் சார்ந்த இலக்கியப் போக்குகள் ஒன்றியும் முரணித்தும் தொழிற்பட்டன.

விடுதலைக்குப் பின் தமிழ் நிலத்தில் உருக் கொண்டெழுந்த தனித்தமிழ், திராவிட இயக்க இலக்கிய முன்னெடுப்புகள் பண்பாட்டுத் தளத்தில் தீவிரமாக இயங்கின. பொதுவுடைமை இயக்கம் தனக்கானதொரு படைப்பிலக்கியத் தன்மையை, விமரிசன வெளியை உருவாக்க வேண்டிய நெருக்கடி.

தி.க.சி. கூறுகிறார் :

"பாரதியும் பாரதிதாசனும் புதுமைப்பித்தனும் ஜீவாவும் மாக்சிம் கார்க்கியும் பாப்லோ நெரூடாவும் எனது இலக்கிய ஆசான்கள். இவர்களது இலக்கியக் கொள்கையே இன்றளவும் எனது கொள்கை. இவர்களது வழி பின்பற்றியே நான் எழுதிவருகிறேன். எனது படைப்புத்திறனை இனங்கண்டு என்னை ஊக்குவித்தவர் வல்லிக்கண்ணன். என்னை மார்க்சிய அழகியல் விமர்சனப் பார்வைக்குத் திருப்பியவர் பேராசிரியர் நா.வானமாமலை... நான் படைப்பிலக்கிய முயற்சிகளில் ஈடுபட்டு என் திறமையை வெளிப்படுத்தியிருந்த போதிலும், ஒரு விமர்சகனாகவே மதிக்கப்பட்டு வருகிறேன். ஜீவா, நா.வானமாமலை போன்றோரின் அடிச்சுவட்டைப் பின்பற்றியே நான் இலக்கிய

விமர்சனத்தில் இறங்கினேன். குழு மனப்பான்மை, ஆணவம், மேட்டுக்குடி மனோபாவம், குறுங்குழுவாதம் போன்றவை ஒரு விமர்சகனுக்கு இருக்கக் கூடாது. உண்மை, நடுநிலைமை, நேர்மை இம்மூன்றும் ஒரு விமர்சகனுக்கு அவசியம் தேவை". (தி.க.சி. என்ற மனிதன் சில மதிப்பீடுகள், பக்.7-9)

இது தி.க.சி. திறனாய்வுப் பார்வையாக அமைகின்றது. ஜனநாயகம், மனிதநேயம், சமத்துவம், சமூகநீதி ஆகிய சமூக நற்போக்குகளின் கூட்டுக் கலவையாக அவரின் நோக்கு அமைகின்றது எனலாம். ஒரு பக்கம் திராவிட இயக்கம் திரட்சியாக முன்னெடுத்த கலை இலக்கியப் பரப்புரைகள், மறுபக்கம் தீவிர இலக்கிய வாதிகளால் முன்வைக்கப்பட்ட தூய இலக்கிய மதிப்பீடுகள் ஆகிய இந்த இரண்டு நிலைகளுக்கும் மாற்றாகப் பண்பாட்டுத் தளத்தில் பொதுவுடைமை இயக்கம் தனக்கான தனித்ததொரு பாதையினை வடிவமைக்க நேர்ந்தது.

ஜீவா, தொ.மு.சி. ரகுநாதன், நா.வானமாமலை, ஆர்.கே. கண்ணன், கே.சி.எஸ். .அருணாச்சலம், எஸ். இராமகிருஷ்ணன் (இலங்கையில் க.கைலாசபதி, கா. சிவத்தம்பி) போன்றோரைத் தமிழ்ப் பொதுவுடைமை இயக்க இலக்கியக்களத்தின் முன்னணியினராக அடையாளப்படுத்த இயலும். இவர்களின் தோழராக தி.க.சி. தம் பயணத்தைத் தொடங்கினார். எனவே, கலை, இலக்கியப் படைப்பைச் சமூக இயக்கத்தின் ஒரு பகுதியாகப் பார்க்கும் நோக்கு இயல்பிலேயே அவருக்கு அமையப் பெற்றது எனலாம்.

தி.க.சி.யின் படைப்புப் பார்வையில் அவரின் தத்துவ நோக்கிற்கு முக்கிய இடமுண்டு. இதன் வழிப்பட்டே அவரின் திறனாய்வுகளை மதிப்பிட வேண்டியுள்ளது.

எனவே தான் பா. செயப்பிரகாசம், "ஒரு படைப்பு கலைஞனுக்குள்ளிருந்து சமூகத்திற்கு வந்தடைந்தவுடன் சமூகத்திற்குரியதாக மாறிவிடுகிறது. சமூகத்திற்கு வந்தடைந்த கலைப் பொருளை அதன் சாதக, பாதகங்களை கருணை என்ற கட்டுக்குள் வைத்து காணுதல் சரியல்ல. தி.க.சி. கருணையுள்ள மனிதர். ஆனால் இலக்கிப் போக்குகள் பற்றிய விமர்சனத்தில் கருணையற்றவர்" (பேசும் கால்க்காசு கடுதாசி) என்கிறார். தி.க.சி. தன் வாழ்வைப் போலவே இலக்கியத்தையும் வெளிப்படையாகவே அணுகினார்.

"ஒவ்வொரு எழுத்தாளனுக்கும் தத்துவ தரிசனம் இருக்க வேண்டும், அதுதான் அவனை வழிநடத்த வேண்டும்".

"பிரபஞ்ச மானுடப் பண்புகள் எனும் விசாலமான தத்துவப் பார்வையில் அமையாத நவீனத்துவத்தால் நிலைபேறுள்ள படைப்புகளை, நித்திய நிரந்தர சிருஷ்டிகளை வழங்க முடியாது என்று உறுதியாகக் கருதுகிறேன்".

"படைப்பின் உருவம், உள்ளடக்கம், உத்திகள், மொழிநடை இவற்றுடன் படைப்பாளியின் வாழ்க்கைக் கண்ணோட்டம், கற்பனை வளம், படைப்பாற்றல் தனது படைப்பின் வாயிலாக அவன் உணர்த்த முனையும் செய்தி, இவற்றின் சீரான ஒருங்கிணைவே ஒரு கலைப்படைப்பின் தரத்தை நிர்ணயிக்கின்றது".

தி.க.சி. நவீன இசங்களில் அதிகம் ஈடுபாடு இல்லாதவர். வாழ்க்கையை, இலக்கியத்தை நேர்க்கோட்டில் அணுகினார். எளிய மக்களின் நிலையிலிருந்து இலக்கியப் புரிதல் உருவாகிட விரும்பினார்.

பட்டியலிடுவது, உச்சிமுகர்வது, நிராகரிப்பது ஆகிய அராஜகப் பண்புகள் இலக்கியத் திறனாய்வுப் புலத்தில் கோலோச்சிய காலத்தில் தி.க.சி. நடுநிலைமையோடு அதேவேளை தம் கருத்துச்சார்போடு இலக்கியங்களை விமர்சித்தார். அவர் இதற்காகக் கடுமையாக உழைத்தார். தாம் எழுதும் தகவல்களில் பிழைவரக் கூடாது என்பதில் மிகக் கவனமுடன் இருந்தார்.

"திறனாய்வுக்கு வரும் நூல்களையும், இதழ்களையும் பன்முறை வாசிக்கும் பழக்கம் உடையவர் தி.க.சி. இலக்கியத் திறனாய்வைத் தொடங்கும் காலத்தில் மணிக்கொடி எழுத்தாளர்கள் கொடிகட்டி பறந்து கொண்டிருந்ததால் அவர்களது படைப்புகளைத் திறனாய்ந்தார். படைப்பாளர்களின் கலைத்திறனைச் சமகாலத்தினருடன் ஒப்பீடு செய்து தரத்தை மதிப்பிடுவார். தாம் படித்த பிறமொழி இலக்கிய வகைகளோடு ஒப்பிட்டுப் பார்த்து எழுதுவார். உருசிய, வங்காள இலக்கியப் படைப்பாளர் பலர் இவர்தம் திறனாய்வு முடிவுகளில் இடம்பெறுகின்றனர். திறனாய்வாளனுக்குப் பரந்துபட்ட பன்னூற் பயிற்சி தேவை என்பதை நன்குணர்ந்தவர் தி.க.சி. படைப்பாளனின் கருத்துக்கள் சராசரி மனிதனைக் கூடச் சென்றடைய வேண்டும் என்பதில் அதிகம் ஆர்வம் காட்டுபவர்

தி.க.சி. கலை வாழ்க்கைக்காக எனும் கருத்துடையவர். அதற்கேற்ப திறனாய்வுப் போக்கினை அமைத்துக் கொள்கிறார்" (தி.க.சி. என்றொரு தோழமை, ப. 104) என அவரின் ஆய்வுப் பண்பினை பி.தட்சிணாமூர்த்தி சுட்டுவார். தமிழ்ச்சூழலில் தி.க.சி. திறனாய்வுப் புயல், சூறாவளிகளுக்கு மத்தியில் 'திறனாய்வுத் தென்றலாக' இதம் தரும் அறிவின் விளைச்சலாக விளங்கினார். இதனை இரா. மோகன்ராஜ்,

"தமிழில் இலக்கிய விமர்சனத்துறை என்பது பெரிதாக வளராததற்கு நேர்மையும், திறந்த மனம் இல்லாததும், விமர்சகர் என்பார் திட்டித் தீர்த்துக் கொண்டே இருப்பவர்; வெகுசன விரோதி என்பன போன்ற மனோநிலையும் காரணமாக இருந்த நிலையில் தி.க.சி. படைப்பாளிக்கும் விமர்சகருக்கும் இடையே தோழமையையும் நட்புறவையும் வளர்ப்பவராக இருந்தார். படைப்பை நோக்கிய விமர்சனம் எந்நிலையிலும் படைப்பாளியைத் தாக்கா வண்ணம் அவரது ஆளுமை இருந்தது. இன்றைக்கு விமர்சனம் என்கிற பெயரில் பெரும்பாலும் தனிநபர் தாக்குதலுக்கே முக்கியத்துவம் தரப்படுகிறது. தனிநபரை முன்வைத்து படைப்பை நிராகரிக்கும் துறையாகவே இன்றைய விமர்சனத் துறையின் போக்கு இருந்து கொண்டுள்ளது" (தி.க.சி. என்றொரு தோழமை, ப. 142) என மிகச் சரியாக பதிவு செய்கிறார்.

எழுத்தாளர் திருப்பூர் கிருஷ்ணன், "திறனாய்வாளர் கைலாசபதி போலவே விஞ்ஞான சோஷலிசக் கொள்கையையும் மார்க்சீய அழகியலையும் ஏற்றுக் கொண்டவர். மார்க்சீய அழகியல் கோட்பாட்டின் படியும் பரந்த பார்வையுடனும் விமர்சனங்கள் எழுதியவர். பாரதி, வ.ரா. பிரேம்சந்த், கார்க்கி போன்றோரைக் கொண்டாடியவர். மலையாளத்துத் தகழி முதல் தமிழ் ஆதவன் வரை பலரது படைப்புகளையும் மெச்சுவார்" (தி.க.சி. என்றொரு தோழமை, ப. 160) என்று தி.க.சி.யின் திறனாய்வுப் பண்பினைச் சுட்டுவார்.

தி.க.சி.யின் "விமர்சனத் தமிழ்" நூலை முன்வைத்துப் பேராசிரியர் பத்மாவதி விவேகானந்தன் தி.க.சி.யின் விமர்சனச் செல்நெறிகளாகப் பின்வருவனவற்றைப் பட்டியலிடுகிறார் :

1. இலக்கியம் தனிமனித விஷயம் அல்ல; ஒட்டு மொத்தமான சமுதாயம் தொடர்பானது.

2. வணிக இலக்கியங்களை ஒழிப்பதில் வாசகனுக்கும் உணர்வு முதிர்ச்சி விமர்சகனுக்கும் முக்கியப் பங்களிப்பு இருக்க வேண்டும். தமிழ்ப் பத்திரிகையாளர் தமக்குரிய கடமையை ஒரு போதும் மறந்துவிடலாகாது.

3. எழுத்தாளன் என்பவன் சமூகப் பிராணியாக இருப்பதால் அவன் - நாடு - இனம் - மொழி போன்றவற்றில் அக்கறை உள்ளவனாக இருக்க வேண்டியது அவசியம்.

4. பாரதி நம்பிக்கை கொண்டிருந்த சுதந்திரம் - சமத்துவம் - சகோதரத்துவம் போன்ற கொள்கைகளில் நம்பிக்கை உள்ளவனாக இருக்க வேண்டிய அவசியம்.

5. நடுநிலையான விமர்சனக் கொள்கையே தேவைப்படுவது, தற்சார்பு நியாமற்றது.

6. இலக்கியத் திருட்டுகளும் அதை ஊக்குவிக்கும் அல்லது கண்டுகொள்ளாமல் இருக்கும் இதழாசிரியர்களும் கண்டனத்திற்குரியவர்களே.

7. சுரண்டல், அடக்குமுறை, ஒடுக்குமுறை, மேலாதிக்கம், ஆக்கிரமிப்பு போன்றவற்றை எதிர்த்துக் குரல் கொடுக்க வேண்டியது படைப்பாளியின் முக்கிய கடமையாகும்.

இத்தகு அணுகுமுறைகளோடு தி.க.சி.யின் இலக்கியத் திறனாய்வுகள் அமைந்தன எனலாம்.

தி.க.சி. யின் மறைவுக்குப்பின் கழனியூரன் அவர்கள் தொகுத்து ‘காவ்யா’ பதிப்பகம் வெளியிட்ட, தி.க.சி. திறனாய்வுக் களஞ்சியம், அவரின் ஒட்டுமொத்த திறனாய்வுத் தொகுப்பாக அமைகின்றது. கவிதைத் திறனாய்வு, சிறுகதைத் திறனாய்வு, நாவல் திறனாய்வு, இதழ்த் திறனாய்வு, ஆளுமைத் திறனாய்வு, பொதுத் திறனாய்வு ஆகிய பிரிவுகளில் 919 பக்கங்கள் கொண்டதாக இக்களஞ்சியம் திகழ்கின்றது. தி.க.சி.யின் திறனாய்வுப் போக்கு, திறனாய்வுப் பண்புகள் ஆகியன பற்றிய மதிப்பீடுகள் முன் பகுதியில் சுட்டப்பட்டுள்ளன. எனவே, இனி அவரின் திறனாய்வின் முக்கியக் கூறுகளைக் கானலாம்.

கவிதைத் திறனாய்வு

இப்பகுப்பில் 16 கட்டுரைகள் இடம் பெற்றுள்ளன. பத்து கட்டுரைகள் பாரதி பற்றியவை. ஏனையவை தொ.மு.சி. ரகுநாதன், பசுமைக்குமார், தயானந்தன் பிரான்சிஸ், நா. காமராசன் ஆகியோரின் கவிதைகள் குறித்தவை. ஒரு கட்டுரை புதுக்கவிதையின் போக்கு பற்றியது.

தி.க.சி. தம் இலக்கிய வழிகாட்டியாக வரித்துக் கொண்டவர் மகாகவி பாராதியார். பாரதி மறைவுக்குப் பின் பாரதி மகாகவியா? தேசியக் கவியா? என்பதான பெரும் விவாதம் நடைபெற்றது. பாரதி கவிதைகளை நாட்டுடைமை ஆக்கல், மக்களிடம் பரப்புதல் ஆகிய பணிகளைப் பொதுவுடைமை இயக்கம் முன்னெடுத்தது. இச்சூழலில் பாரதியின் கவிதைகளை விளக்கியும், அவரின் தத்துவ நோக்கை முன்வைத்தும், பாரதி குறித்த விமர்சனங்களுக்கு மறுப்பாகவும் தி.க.சி. எழுதிய கட்டுரைகள் இவை.

'பாரதி கண்ட ஒருமைப்பாடு' எனும் கட்டுரை 1970 அக்டோபர் தாமரை இதழில் எழுதியது. அதில் முத்தாய்ப்பாக "சுதந்திரம் - சமத்துவம் - சகோதரத்துவம் என்ற பிரெஞ்சுப் புரட்சியின் கோட்பாடுகளை உயிர் மூச்சாகக் கொண்ட பாரதி, மாஜினியின் சபதத்தை எடுத்து உரைக்கிறார், பெல்ஜியத்திற்கு வாழ்த்துப் பாடுகிறார், பிஜித் தீவிலே விம்மியழும் பெண்களுக்காக இரத்தக் கண்ணீர் வடிக்கிறார், ஆப்பிரிக்காவின் தோட்டக் காடுகளில் அடிமைகளாக வாழும் மக்களின் நிலைக்கு இரங்குகிறார்". (தி.க.சி., தி.க. ப. 25)

1930 களில் அன்றைய 'மணிக்கொடி' குழுவினர் வ.ரா. கு.சீனிவாசன், டி.எஸ். சொக்கலிங்கம் போன்றோர் பாரதியை 'மகாகவி', 'புதுமைக்கவி', 'புரட்சிக்கவி' எனப் போற்றினர். ஆனந்த விகடன் குழுவினைச் சேர்ந்த கல்கி, பி.ஸ்ரீ. போன்றோர் பாரதியை 'தேசியக்கவி' என்று மதிப்பிட்டனர். இந்த இரு கருத்துக்களும் மோதலாக வலுப்பெற்றது, வாத - பிரதிவாதங்கள் நடைபெற்றன. இறுதியில் 'மகாகவி' என்பதை கல்கி போன்றோர்களும் ஒத்துக்கொண்டு, எட்டயபுரத்தில் மணிமண்டபம் உருவாக்கினர். இந்தப் பின்னணியைச் சுட்டி 'பாரதியைச் சரியாகப் புரிந்துகொள்வோம்' என்ற கட்டுரையை தி.க.சி. எழுதினார். அதில்,

"அன்று (1934 - 1936 இல்) 'மணிக்கொடி'யில் எழுதி வந்த க.நா. சுப்பிரமணியம், மௌனி போன்ற ஒரு சில குழுவினர் பாரதியை முழுமையாகவும் சரியாகவும் அங்கீகரிக்கவில்லை, 'கலை கலைக்காகவே!' என்னும் கொள்ளையுடைய அவர்கள், பாரதியின் எழுத்துக்கலையை வரவேற்றார்களே தவிர, ஏகாதிபத்திய எதிர்ப்பு உணர்ச்சியை, தேசிய உத்வேகத்தை அதன் விளைவாகப் பிறந்த படைப்புகளை மிக உயர்வாக மதிப்பிடவில்லை. ஓர் எழுத்தாளனுக்குக் கலையுணர்வு மட்டும் போதும், தேசிய உணர்வு, தேசபத்தி தேவையில்லை என்பது அவர்கள் கருத்து. எழுத்தாளனுக்குச் சமூகப் பொறுப்பு எதுவும் கிடையாது என்பது, அவர்களது ஆழமான கோட்பாடு. 'நமக்குத் தொழில் கவிதை, நாட்டுக்குழைத்தல்' என்பது பாரதியின் இலட்சியம்.

"நமக்குத் தொழில் இலக்கியம் படைத்தல் மட்டுமே; நாட்டுக்கு உழைப்பது வேறு நபர்களின் வேலை" என்பது க.நா.சு. போன்ற தூய இலக்கிய வாதிகளின் கொள்கை. இக்கோட்பாட்டை, க.நா.சு., மௌனி ஆகியோரும் அவரது சீடர்களான நகுலன், சுந்தரராமசாமி முதலியோரும் இன்றளவும் கடைப்பிடித்து வருகின்றனர். சுமார் 16 ஆண்டுகளுக்கு முன்பு க.நா.சு. வெளியிட்ட 'இலக்கிய வட்டம்' பாரதி மலரில், இந்தக் கருத்துக்களைக் க.நா.சு.வும் சுந்தரராமசாமியும் வலியுறுத்தி உள்ளனர். இந்தக் குழுவினர் 1934 - 1936 காலகட்டம் முதல் இன்று வரை, பாரதியைச் சரியாகப் புரிந்து கொள்ள மறுத்து வருகின்றனர் என்பது கவனிக்கத்தக்கது" (தி.க.சி., தி.க., ப. 32) எனப் பதிவு செய்கிறார்.

1981 தாமரை பாரதி நூற்றாண்டுச் சிறப்பிதழில் பாரதியின் பாதையை வலுப்படுத்துவோம் என்ற கட்டுரையை எழுதியுள்ளார். பாரதியின் சிந்தனைகளின் இன்றைய பொருத்தப்பாட்டை இதில் தி.க.சி. நிறுவுகிறார்.

"மக்களின் நல்வாழ்வுக்கான போராட்டம் என்பது, சமூக நீதிக்கான போராட்டமே. சமாதானம், ஜனநாயகம், சுதந்திரம் இவற்றுக்கான போராட்டத்தையும், சமூக நீதிக்கான போராட்டத்தையும் தனியே பிரிக்க முடியாது. இவை ஒருங்கிணைந்தவை.

சமூகநீதி என்பது மகாகவி பாரதியின் அடிப்படைக் கோட்பாடுகளில் ஒன்றாகும். எனவே, சமூகநீதி என்ற கருத்தை நம் மக்களிடையே விரிந்த

அளவில் எடுத்துச் செல்வதற்குப் பாரதியைவிடச் சிறந்த இலக்கியத் தூதன் வேறு எவருமில்லை. இந்த வகையில் பாரதி ஓர் ஆசானாகவும், தோழனாகவும், தொண்டனாகவும் விளங்குகிறான்". (தி.க.சி., தி.க., ப. 39)

பாரதியை ஓர் இந்துவாகப் பார்க்கும் நிலையைக் கடுமையாக விமர்சித்தார். மேலும், "பாரதியைப் பற்றி ஒரு முழுமையான பார்வை வேண்டும். விவேகானந்தர் வழியில் அவரது சீடரான நிவேதிதா வழியில் வாழ்ந்த ஆன்மிகவாதி - பாரதி அவன் தேசிய சமுதாயக் கடமைகளுக்கு முதல் முக்கியம் தந்த இந்தியன்; தாயகத்தின் விடுதலைக்காக இறுதி மூச்சுள்ளவரை போராடிய அந்தக் கவிஞன்; புதிய ருஷ்யாவின் மலர்ச்சியில் கிருத யுகத்தைக் கண்ட மெஞ்ஞானி, அவனது ஆளுமையைச் சிதைக்கும் முயற்சிகள் வெற்றிபெறமாட்டா". (தி.க.சி., தி.க., பக். 45 - 46)

தொ.மு.சி. ரகுநாதனின் (திருச்சிற்றம்பலக்கவிராயர்) கவியரங்கக் கவிதைகள் நூல் குறித்த மதிப்பீட்டில் "பெரும்பாலும் ஒரு புதிய யாப்பில் அமைந்துள்ள, சத்துள்ள, மிடுக்கான, தனிச்சுடர் வீசுகின்ற நவயுகக் கவிதையைப் பார்க்கிறோம். இது தமிழ்க் கவிதை வரலாற்றில் ஒரு துணிச்சலான சாதனை. தமிழ்க் கவிதையில் புதுமரபு நிலை பெற்றுவிட்டது என்பதில் எனக்கு ஐயமில்லை" (தி.க.சி., தி.க., ப. 67) என்கிறார்.

கவிஞர் பழமலய்யின் 'குரோட்டோன்களோடு கொஞ்சம் நேரம்' கவிதைகள் பற்றி எழுதும் போது, 'சங்க காலப்புலவர்கள், கம்பன், காளிதாசன், தாகூர், பாரதி, பாரதிதாசன், வால்ட்விட்மன், தோரோ, ராபர்ட்ப்ராஸ்ட', வள்ளத்தோள், ஜி. சங்கரகுரூப் மற்றும் சீனக் கவிஞர்கள் உள்பட இயற்கையை ஏற்றிப் போற்றாத மகாகவிகள் வெகுசிலரே. இயற்கைநிலை, மக்களின் நிலை இவ்விரண்டையும் இணைத்துப் பாடுவது, இந்தியக் கவிமரபின் வரலாறு ஆகும்; இத்தகைய மரபை மேலும் வளர்க்கும் போக்கில், புதுமையும் தனித்தன்மையும் பிரபஞ்ச நேயமும் கவித்துவமும் எளிமையும் ரசனையும் கொண்ட இத்தொகுப்பை நமக்கு வழங்கிய கவிஞர் பழமலய்யை உளமாற வாழ்த்துகிறேன்". (ப. 72)

டாக்டர் தயானந்தன் பிரான்சிஸ் எழுதிய 'ஆசியப் பண்பாடு அரிசிப் பண்பாடு' என்னும் கவிதை குறித்து,

"ஆசியப் பண்பாடு அரிசிப்பண்பாடு என்னும் போது மேலைய ஏகாதிபத்தியப் போர் வெறியர்களுக்கு 'நாகரிகம்' கற்றுக்கொடுத்த வியத்நாமிய, சீன, கொரிய இலக்கியப் படைப்புகளும் என் நினைவுக்கு வருகின்றன. ஃபிடல் காஸ்ரோவின் சோஷலிச க்யூபாவிடமும், அதன் மக்களிடமும் ஒருமைப்பாடு காட்டும் முறையில் இந்திய மக்கள் இப்போது டன்டன்களாக அரிசி வழங்கும் திருப்பணியில் முனைந்திருப்பதும் நினைவுக்கு வருகிறது" (ப. 75) எனக் கூறுகிறார்.

'உழைக்கும் மக்களின் சின்னக்குயில்' என்ற தலைப்பில் நா. காமராசனின் கவிதைகளை மதிப்பிடுகிறார். (தாமரை, ஜூலை 1971).

"பகுத்தறிவு, சோஷலிஸம் என்கிற அடிப்படை இலட்சியங்கள் எனக்குண்டு. அவற்றைக் கலாபோதையோடு நான் பாடுவேன்" என்று 'கறுப்பு மலர்கள்' முன்னுரையில் காமராசன் கூறுகிறார். இதை உளமார வரவேற்கிறேன்; பாராட்டுகிறேன்.

ஆனால், அந்தக் 'கலாபோதை' அவரை மாயாவாதம் (Mysticism) அப்பாலைத் தத்துவம் (Meta Physics) என்ற சரிவுப் பாதைகளில் சில வேளைகளில் தள்ளி விடுகிறது என்பதையும், இந்தத் தத்துவங்கள் விஞ்ஞான சோஷலிஸத்திற்கும், பகுத்தறிவுக்கும் முரணானவை என்பதையும் தோழமை உணர்வோடு நான் அவருக்குச் சுட்டிக்காட்ட விரும்புகிறேன். பொதுவாகச் சொன்னால் இந்தத் தொகுதியில் காமராசனிடம் இருள்மயவாதம் (Pessimism), ஒளிமயவாதமம் (Optimism) மாறிமாறி வருகின்றன என்பதையும் நான் அழுத்தமாகக் குறிப்பிட விரும்புகிறேன்". (ப. 79)

"வாழ்க்கை பொருளற்றது, அபத்தமானது என்று கருதும் புதுக்கவிஞர்களிடையே குழப்பமும் மயக்கமும் சோர்வும் ஏற்பட்டுள்ளது. அதாவது, "அன்னியமாதல்" என்ற கொள்கைக்காரர்கள், இப்பொழுது அவல நிலையில் உள்ளனர். வாழ்க்கை உண்மைகள் அவர்களது தத்துவப் பொய்மையை அம்பலப்படுத்துகின்றன. 'வாழ்வே மாயம்' என்ற பாட்டு இப்பொழுது எடுபடாது என்பது தெளிவாகிவிட்டது. ஆனால் இதை நேர்மையுடன் ஒப்புக்கொள்ள அவர்கள் கூச்சப்படுகிறார்கள், தம்முடைய தத்துவ முரண்பாடுகளைத் தீர்த்துக் கொள்ள முயலாமல், ஒதுங்கி நிற்கிறார்கள். இதனாலும் புதுக்கவிதைத் துறை பாதிக்கப்பட்டுள்ளது". (பக். 82 - 83)

இவை ஏறக்குறைய அன்றைய தமிழ் இடதுசாரிகளின் புதுக்கவிதை குறித்த நோக்கு எனப் புரிந்து கொள்ளலாம். இவ்விஷயத்தில் தி.க.சி. புதுக்கவிதையை எதிர்க்கவில்லை என்பது ஆறுதல்.

அன்று புதுக்கவிதையை முற்போக்காளர்கள் ஏற்கவில்லை. தொ.மு.சி., கே.சி.எஸ். போன்றவர்கள் மரபு, சந்தக் கவிதைகளையே எழுதினார்கள். நா.வானமாமலை புதுக்கவிதையில் முற்போக்கு - பிற்போக்கு எனப் பகுத்துப் பேசினார். தி.க.சி., தாம் பொறுப்பு வகித்த தாமரையில் புதுக்கவிதைகளை வெளியிட்டார். தமிழவன் போன்றவர்களின் கவிதைத் திறனாய்வுகளுக்கும் இடமளித்தார். எனினும் அவருள்ளும்கூடப் புதுக்கவிதை குறித்த தயக்கம் இருந்ததையே அவரின் கவிதை பற்றிய பதிவுகளில் காணமுடிகிறது. சிறுகதை, நாவல் குறித்து விரிவாக அதிகம் எழுதியவர். கவிதை குறித்துச் சிலவே எழுதினார். அதிலும் புதுக்கவிதை குறித்து ஓரிரு பதிவுகளே உள்ளன. கேள்வி - பதில் வடிவில் சதங்கை தீபாவளி மலரில் (1975) 'புதுக்கவிதை மெல்லச் சாகிறதா?' என்றொரு கட்டுரை எழுதினார். அதில் புதுக்கவிஞர்களின் புதுப்போக்குகளை விமரிசித்து உள்ளார்.

"இவர்களிடம் 'பண்பாடு' இருக்கிறது ஆனால் புதுக்கவிதை மரபைப் பற்றிய தவறான கணிப்பும் இருக்கிறது. தமக்கு முந்தைய தலைமுறையை அல்லது தம்மோடு வாழும் தரமான கவிஞர்களை இவர்கள் ஏற்றுக் கொள்வதில்லை! புதுக்கவிதையும் தம்மிடமிருந்தே தோன்றியது என்று இவர்கள் 'மெய்யாகவே' நம்புகிறார்கள்! புதுமையை நாடும் இவர்கள், தங்கள் மரபையே நிராகரிப்பது ஒரு விபரீதமாகும். புதுக்கவிதையின் சாவுக்கு இவர்கள் தம்மை அறிந்தோ, அறியாமலோ குழி தோண்டுகிறார்கள். இதனால் புதுக்கவிதை மெல்லச்சாகும் அபாயம் ஏற்பட்டுள்ளது" என்றும், இலக்கியவட்டம் ஜுலை 1964 இதழில் வெளிவந்த பதினேழு ஆண்டு இலக்கியம் (1947-1964) எனும் கட்டுரையில் புதுக்கவிதை பற்றி தன் கருத்தை தி.க.சி. இப்படிச் செய்கிறார்.

"புதுமை, சோதனை என்ற முறையில் நான் புதுக்கவிதையை வரவேற்கிறேன்; திறந்த மனத்தோடு புதுக்கவிஞர்களின் படைப்புகளைச் சுவைக்கிறேன்.

புதுமைப்பித்தன், கு.ப.ராஜகோபாலன், பிச்சமூர்த்தி, வல்லிக்கண்ணன், கே. ராமநாதன் ஆகியோரின் புதுக்கவிதைகளைக்

'கலாமோகினி', 'கிராம ஊழியன்', 'சிவாஜி', 'நவசக்தி' ஆகிய இதழிகளில் அவை வெளிவந்த காலம் தொட்டு (1942 முதல்) வாசித்து வருபவன் நான்.

அண்மையில் ஆறு ஆண்டுகளாக 'எழுத்து' இதழ்களிலும் பின்னர் இலக்கிய வட்டத்திலும் இடைவிடாது படித்து வருகிறேன். 'எழுத்து' ஏட்டின் தோற்றத்துக்குப் பின்னர், தமிழில் புதுக்கவிதை எண்ணிக்கையில் பெருகி இருக்கிறது. ஆனால், அதன் தரம் பெருகியிருக்கிறதா என்பது சந்தேகம், விவாதத்திற்குரிய விஷயம்.

என்னைப் பொறுத்த வரையிலும் இன்று எழுதப்பெறும் பழைய (மரபு) கவிதையைப் போலவே, புதுக்கவிதையும் எனக்குச் சலிப்பூட்டுகிறது!.

புதுக்கவிதையின் புதுப்பாதையை, அதன் சொல்லாட்சியை, படிமச் சிறப்பை, உருவக நயத்தை நான் ரசிக்கிறேன், இப்படியும் கவிதை வரவேண்டியதுதான் என்று உணர்கிறேன். ஆயினும் புதுக்கவிஞர்களின் குரல்களை என்னால் ரசிக்க முடியவில்லை!.

வெறுமை, விரக்தி, முனைப்பு, மனக்குறைவு ஆகிய குரல்கள் பல புதுக்கவிதையின் அடிநாதமாக ஒலிக்கின்றது.

நவீன பட்டினத்தார்களாகவும், பத்திரகிரியார்களாகவும், திருமூலர்களாகவும், திகம்பரச் சித்தர்களாகவும் சில புதுக்கவிஞர்கள் மாயாவாதம் (மிஸ்டிசிசம்) பேசுவது, அதுவும் இந்திய வரலாற்றின் முக்கியமான இக்கால கட்டத்தில் அழுது புலம்பிக் கையறு நிலையில் கைவிரல்களைச் சொடுக்குவது எனக்கு மிகவும் பிடிபடாத சங்கதி!.

இந்தக் கவிஞர்கள் தமிழ்ச் சொல்லை முறிக்கட்டும், யாப்பை முறிக்கட்டும், இசையை முறிக்கட்டும், பரவாயில்லை. மனித மனத்தை ஏன் சிரமப்பட்டு முறிக்க வேண்டும்! அது தான் தெரியவில்லை! ஐயோ! பாவம். இவர்களுக்கு என்ன சுகக்கேடு? யாது நோய்?.......

நான் உணர்ந்த வரையில் மிகைபடக்கூறல், கூறியது கூறல், மயங்க வைத்தல் ஆகிய சீக்குகள் புதுக்கவிஞர்களிடமும் மலிந்து காணப்படுகின்றன! இந் "நோய்கள்" விரைவில் அகலக் காலதேவன் அருள் புரிவானாக!... புதுக்கவிதை வாழ்க! (பக். 763 - 765)

இவை அன்றைய முற்போக்கு முகாமின் எண்ணங்கள். தி.க.சி.யும் இணைந்து கொண்டார்.

சிறுகதைத்திறனாய்வு

தி.க.சி. சிறுகதை எனும் இலக்கிய வடிவத்தில் ஈடுபாடு உள்ளவர். அவரே சிறுகதைகள் எழுதியவர். தாமரை இதழில் தமிழ்ச் சிறுகதையின் புத்தெழுச்சியை உருவாக்கியவர். அவர் சிறுகதைத் தொகுப்புகளுக்கு எழுதிய முன்னுரைகள், மதிப்புரைகள், சிறுகதைப் போக்குகள் குறித்த கட்டுரைகள், மணிக்கொடி எழுத்தாளர்கள் பற்றிய நுட்பமான மதிப்பீடு ஆகியன சிறுகதைத் திறனாய்வுப் பகுதியில் இடம் பெறுகின்றன.

தி.க.சி.யின் சிறுகதை குறித்த கருத்தாக்கங்கள் அவரது விமர்சனப் போக்கை அறிய அடிப்படையாக அமையும்.

"சிறுகதை என்பது, நமது அழகியல் உணர்ச்சிகளை மேம்படுத்துவதோடு ஆளுமையை ஒளிமயமாக்குவதாகவும் திகழவேண்டும். சிறுகதைப் படைப்பாளி என்பவன் அழகியல் பொறுப்புகளும் சமுதாயப் பொறுப்புகளும் ஒருங்கிணைந்த கலைஞனாக விளங்க வேண்டும்". (தி.க.சி., தி.க., ப. 97)

"ஒரு படைப்பாளி, கலையம்சத்தில் மட்டும் அக்கறை செலுத்தினால் போதும் அவனுக்குச் சமுதாயப் பொறுப்புணர்வும் ஈடுபாடும் அவசியமில்லை என்ற கருத்தோட்டம் இங்கு கடந்த பற்பல ஆண்டுகளாக ஒருசில விமர்சகர்களாலும், படைப்பாளிகளாலும் இடையறாது முன்வைக்கப்படுகிறது, கலைஞன் என்பவன் ஒரு தனிப்பிறவி, எனவே சமுதாயத்தின் நலன்களோடு அவனுக்கு ஒட்டும் உறவும் அவசியமில்லை என்ற வாதம், நமது கலை இலக்கிய வளர்ச்சியை முடக்கிப்போடும் மேட்டுக்குடி வாதமாகும்". (ப. 196)

"இன்றைய சூழ்நிலையில் நமது சிறுகதை ஆசிரியர்கள் - படைப்பாளிகள் மூன்று விஷயங்களை நினைவில் கொள்ள வேண்டும்.

அவர்கள் பாரதி, புதுமைப்பித்தன், பிரேம்சந்த், செகாவ், டால்ஸ்டாய், கார்க்கி பாதையில் செல்ல வேண்டும்.

தம்மை விலைக்கு வாங்கமுயலும் சக்திகளுக்கு எதிராக விழிப்புடன் போராட வேண்டும்.

எக்காரணம் கொண்டும் சோர்ந்துவிடாமல், நல்ல இலக்கிய வாதிகளுடன் இணைந்து பிணைந்து முனைப்புடன் செயலாற்ற வேண்டும் *(ப. 198)*

"தமிழில் நவீனத்துவம் என்பது Universal Human Values உலகளாவிய மனித மாண்புகள், மனித குல மதிப்புகள் - என்ற தத்துவ அடிப்டையில்தான் நீடித்திருக்க முடியும் என்பது என் கருத்து, பிரபஞ்ச மானுடப் பண்புகள் எனும் விசாலமான தத்துவப் பார்வையில் அமையாத நவீனத்துவத்தால் நிலைபேறுள்ள படைப்புகளை நித்திய நிரந்திர சிருஷ்டிகளை வழங்க முடியாது என்று உறுதியாகக் கருதுகிறேன். தமிழ்ச் சிறுகதைத் துறையில் நாம் வடிவத்திற்கு மட்டும், உத்திகளுக்கு மட்டும் முதன்மையளித்தால் போதாது, சமுதாய நலம் சார்ந்து சமுதாய மேன்மைக்கு கருப்பொருளைச் சிறந்த கலை வடிவத்தில் சீராக உருவாக்கித்தரப்படும் படைப்புகளே இன்றும் நாளையும் நமக்குத் தேவை. *(பக். 261 - 262)*

தி.க.சி. மணிக்கொடி எழுத்தாளர்களின் சிறுகதைத் தொகுப்புகளை முன்வைத்து 1962 இல் தாமரை இதழில் மாதம் தோறும் எழுதினார். மணிக்கொடி எழுத்தாளர்களின் 'இலக்கிய அந்தஸ்து' உயர்த்திப் பிடிக்கப்பட்டத் தருணம். க.நா.சு போன்றோரின் விமரிசனத் தாராசு ஏனைய தமிழ் நவீனப் படைப்புகளைத் தன் தட்டில் தாங்க மறுத்தச் சூழல். தமிழ் யதார்த்த எழுத்து புதுத்தெம்போடு வீறுகொண்டு எழுந்த நிலை. இத்தகு வரலாற்றுப் பின்புலத்தில் தி.க.சி.யின் சிறுகதைத் திறனாய்வுகள் வெளிவந்தன. கதைத் தொகுப்புகளின் பெயர்களையே தலைப்பாக வைத்தார். முதலில் ஒவ்வொரு கதையாக, கதையின் மையத்தை எடுத்துவைப்பார். பின்னர் அக்கதையின் பொதுவியல்புகளைக் கூறி, எழுத்தாளரை மதிப்பீடு செய்வார். பெரும்பாலும் கதையின் உள்ளடக்கமே அழுத்தம் பெறும். அதே வேளை கதைகளின் வடிவம், உத்தி, வழங்கல் முறை ஆகிய கலை அழகியல் கூறுகளையும் சுட்டுவதாக தி.க.சி.யின் விமரிசனங்கள் அமைந்தன.

மௌனியின் 'அழியாச்சுடர்' சிறுகதைத் தொகுப்பை விமர்சிக்கிறார். மௌனி குறித்த பிம்பங்களை முதலில் விவாதிக்கிறார்.

"தமிழில் இதுவரை வெளிவந்துள்ள சிறுகதைகளில் மிகச்சிறந்த கதைகளை எழுதியவர் என்று மௌனியைத்தான் நான் சொல்லுவேன்.

அவரைவிட அதிகமாக எழுதியவர்கள் உண்டு. அவரை விட அதிகமாகப் பாராட்டு பெற்றவர்களும் உண்டு, அதிகமாக ஜனரஞ்சகமாக எழுதியவர்கள் இருக்கலாம். ஆனால் மௌனியின் கதைகள் இலக்கிய உலகில் ஒரு தனிப்பெரும் சிகரம். அதைவிட 'உயரமான' சிகரம் என்று சொல்ல யாருடையதும் சக்தியாக இல்லை" என்றும்,

சி.சு. செல்லப்பா - "எந்த ஒரு கலைப்படைப்பிலும் அதன் உள்ளடக்கத்தை நாம் சரியாக உணர்ந்து கொள்ளாவிட்டால், அதைப்பற்றிய மதிப்பீட்டுக்கு இடமே ஏற்படாது. மௌனி கதைகள் விஷயத்தில் இதைச் சுட்டிச் சொல்லியாக வேண்டியிருக்கிறது. ஏனென்றால் அவைகளுடன் பழக, பழகிக்கொள்ள விசேஷ முயற்சி தேவையாக இருக்கிறது. உண்மையில், ஒரே வாசிப்பில் 'பிரபஞ்சகானம்', 'அழியாசுடர்', 'மாறுதல்', 'மாபெரும் காவியம்', 'நினைவுச்சூழல்', 'காதல் சாலை' ஆகிய கதைகளிலிருந்து எனக்குத் தெரியவந்ததை நான் எடுத்துச் சொல்லியிருப்பதாகச் சொல்ல முன்வர மாட்டேன். சில கதைகளில் இன்னும் உணர வேண்டியவை இருப்பதாகவும் படுகிறது. சில தடவைகளில் படித்த பிறகும் தமிழ்ச் சிறுகதைக்காரர்களில் வேறுயாருடையதும் பிச்சமூர்த்தியைத் தவிர இந்த மாதிரி தகவல்களைக் கக்கிக் கொண்டிருப்பதாகச் சொல்வதற்கில்லை" என்றும் மௌனியை உச்சிமுகர்வதைச் சுட்டி மௌனியின் கதை இலக்கியம் குறித்த தம் கருத்துக்களை முன்வைக்கிறார்.

மௌனியின் காதல் கதைகளில் மனமுறிவும், மரணமும்தான் முக்கிய அம்சங்கள். வேதனையில் தோய்ந்த எண்ணங்களும் நினைவுகளும் மனச்சஞ்சலமும் ஏக்கமும் அச்சமும் வெறுப்பும் அவர் கதைகளில் ஊடும்பாவுமாக ஓடிக்கொண்டேயிருக்கும்.

மௌனியின் கதர்பாத்திரங்கள் எப்படிப்பட்டவர்கள்? நம்பிக்கை வறட்சியில் முக்குளித்து சித்தப்பிரமையில் மூழ்கி, ஏன்? எதற்காக? எங்கே? என்று மன உளைச்சலில் தவித்துக் கொண்டிருப்பவர்கள். ஆறிய மனப்புண்ணைக் கீறிவிட்டு அழுது கொண்டிருப்பவர்கள். கடந்த காலத்தில், காதல் முறிவால் ஏற்பட்ட வடுக்களின் வலியை மீண்டும் நினைவுக்குக் கொண்டுவந்து, சோகப் பெருமூச்சு விட்டுக் கொண்டிருப்பவர்கள். விநோதமான, விசித்திரமான, விபரீதமான பாத்திரங்கள் அவர்கள்.

இத்தகைய வேடிக்கை மனிதரின் மனப்பிராந்திக்கும், புலம்பலுக்கும், தத்துவ விசாரங்களுக்கும் ஏற்ற வண்ணம், தமது வசன நடையைப் புதிய முறையில் அமைத்திருக்கிறார் மௌனி. பித்தர்களின் மன ஓட்டங்களுக்குப் பொருந்திய வகையில் புதிரான சுழிப்பான பித்து நடையை ஏன்? எங்கே? எதற்காக? என்று வினவும் ஒற்றைப்பத நடையை அடிக்கடி கையாளுகிறார் மௌனி. *(ப. 106)* என்று மௌனியின் கதைகளை விமர்சித்துவிட்டு அவரின் கலை நோக்கை,

“மௌனி கதைகளில் பொதுத்தன்மை, நம்பிக்கை வறட்சி (Pessimism) வறண்ட நெஞ்சத்தோடும், இருள் மயமான பார்வையோடும், ‘வாழ்வு ஒரு பெருஞ்சுமை’ என்ற நினைப்பில் மனம் அமைந்து தனிமையில் விண்ணை நோக்கிப் பெருமூச்சு விடுவதுதான் மௌனியின் வாழ்க்கைத் தத்துவம்”.

“என்கருத்தைப் சூத்திரப்பாணியில் சொன்னால், பொதுப்படையாக மௌனி ஒரு மாயாவாதி (Mystic); யதார்த்தவாதி (Realist) அல்ல. மௌனி ஒரு அதீதக் கற்பனாவாதி (Romanticist); மனிதத்துவவாதி (Humanist) அல்ல”. *(ப. 109)*

“மௌனியின் கற்பனாவாதம் அப்படியன்று. இது அழிவைச் சிறப்பிக்கும் கற்பனாவாதம், ஒளியிலிருந்து இருளுக்குச் செல்லும் கற்பனாவாதம், இருளின் ஆட்சியை நணபகலில் காணும் கற்பனாவாதம் நசிவைப் போற்றும் கற்பனாவாதம் (Decadent Romanticism)”. *(ப. 110)* சிறுகதைத் திருமூலரின் மூலத்தை தி.க.சி.பொது வெளியில் போட்டு உடைத்துவிடுகிறார்.

அடுத்து ந.பிச்சமூர்த்தியின் ‘மாங்காய்த்தலை’ சிறுகதைத் தொகுப்பை தி.க.சி. திறனாய்வு செய்துள்ளார். க.நா.சு., மௌனி ஆகியோருடன் ஒப்பிட்டு அவர்களைக் காட்டிலும் கலை மேதைமைமிக்கவர் ந.பி. என்கிறார்.

இன்று உயிர்வாழும் ‘மணிக்கொடி’ எழுத்தாளர்களில் பிச்சமூர்த்தியைப் போல் இவ்வளவு அகலமாக ஆழமாக நீளமாக (முப்பரிமாணத்தில்) வாழ்க்கை கலை அழகுடன் உயிர்த்துடிப்புடன் சொல்லில் செதுக்கிய சிற்பியாரும் இல்லை.

அன்பையும் குரூரத்தையும் தியாகத்தையும் சுயநலத்தையும் உறுதியையும் தடுமாற்றத்தையும் (சுருங்கச் சொன்னால் மனிதனின் பெருமைகளையும் சிறுமைகளையும்) தகுந்த பாத்திரங்களின் வாயிலாக ஒளியும் வர்ணமும் மிகுந்த நடையில் உறுதியான கட்டுக்கோப்பில் கவின்மிகு படைப்புக்களாகத் தருகிறார் பிச்சமூர்த்தி.

வாழ்க்கையை நேருக்கு நேராக நெருங்கி நின்று, ஊன்றிக் கவனிப்பதால்தான் விஞ்ஞானத்திலும் மெஞ்ஞானத்திலும் சரிசமமான நாட்டம் கொண்டிருப்பதால்தான், கருணை உள்ளத்தோடு பகுத்தறிவும் கலை ஞானமும் நிரம்பப் பெற்றிருப்பதால் தான், புதுமையிலும் சோதனையிலும் குன்றாத ஆர்வமும் இருப்பதால்தான் பிச்சமூர்த்தியால் தமிழ் மரபில் தோய்ந்து தலை சிறந்த கலை ஓவியங்களைப் படைக்கமுடிகிறது.

பிச்சமூர்த்தியின் கதைகளில் புதுமை, தனித்துவம், பூரணத்துவம் எல்லாம் சுடர்விட்டுப் பிரகாசிக்கின்றன. பிச்சமூர்த்தியின் நடை கம்பீரமான கவிதா உணர்ச்சி செறிந்த இனிய, எளிய நடை, அவருடைய பாத்திரங்கள், யதார்த்த குணச்சித்திரங்கள் அவருடைய சிறுகதை உத்திகள் நவரசமானவை. இதனால் தான் தமிழ்ச் சிறுகதை உலகில் மிக உன்னதமான ஸ்தானத்தில் வீற்றிருக்கிறார் பிச்சமூர்த்தி. (பக். 126-128)

மிகவும் கலை நேர்த்தியுடன் பிச்சமூர்த்தி கதைகளை தி.க.சி. அணுகியுள்ளார்.

அடுத்து க.நா.சுப்பிரமணியத்தின் 'மணிக்கூண்டு' சிறுகதைத் தொகுப்பை ஆய்ந்துள்ளார்.

கதைகளின் கதைகளைக் கூறிவிட்டு க.நா.சு. பாணியிலேயே வரிசைப்படுத்துகிறார் தி.க.சி.

கல்யாணப்பெண், சாவித்திரி, லீலா, பேசாமடந்தை ஆகிய நான்கும் சர்வ ஜனரஞ்சகக் கதைகள்.

ஆளப்பிறந்தவன், அசல் அத்தைப் பாட்டிகதை.

மணிக்கூண்டு, நினைவுகள், டாக்ஸி ஸார் டாக்ஸி, நினைவுகள், குழந்தைச் சாமியார், ரெட்டைப் பிள்ளையார் இந்த ஆறும் வெற்றி பெறாத 'சோதனைக் கதைகள்'.

எமனுடன் போட்டி - சிறந்த தழுவல் கதை. *(ப. 138)*

க.நா.சு. வின் கதைகளில் இடம்பெறும் கட்டுரைத் தன்மையைச் சுட்டி மு.வ. வின் படைப்புகளோடு ஒப்பிடுகிறார்.

"டாக்டர் மு. வரதராசன் தமது நாவல்களில் செய்யும் இலக்கிய ரீதியான தவறுகளையே க.நா.சு.வும் தமது 'சோதனைக் கதை'களில் செய்கிறார். எனலாம். மு.வ.வுக்கு என்று ஒரு தமிழ்நடை இருப்பது போலவே, க.சா.சு. வுக்கும் இருக்கிறது. மு.வ. தமது நாவல்களில் குறள் நெறியைப் பரப்புகிறார் என்றால் க.நா.சு.வும் காலம், கடவுள், வாழ்வு, சாவு, யதார்த்தம், கற்பனை ஆகிய தத்துவார்த்த சிந்தனைகளில் நீட்ஷே முதல் ஆல்டஸ்ஹக்ஸ்லி வரையுள்ள அராஜக - ஆன்மீக - சந்தேகவாதிகளைப் பின்பற்றுகிறார் என்று கூறலாம். மு.வ.வுக்குச் சுருங்கச் சொல்லி விளங்க வைக்கத் தெரியவில்லை என்றால் க.நா.சு. வுக்கும் அப்படியே. மு.வ.வின் தத்துவப் பிரசாரம் இலக்கிய நயத்தை மழுங்க அடிக்கிறது என்றால் க.நா.சு.வின் தத்துவத் தொணதொணப்பும் (Bore). அதே நாசவேலையைத் தான் செய்கிறது" (ப. 139) என்று சற்றுக் கடினமாகவே கூறும் தி.க.சி. இறுதியாக,

"வ.ரா. சிறுகதை எழுதினால் எப்படியிருக்கும்? அப்படித்தான் இருக்கின்றன க.நா.சு.வின் சோதனைக் கதைகள்" (ப. 140) என முடிக்கிறார்.

அடுத்து ந.சிதம்பர சுப்ரமணியனின் 'சூரியகாந்தி' எனும் கதைத் தொகுப்பு குறித்தத் திறனாய்வு :

சிதம்பரசுப்பிரமணியனின் சமூக நோக்கை அவரின் சமயச் செல்வாக்கை விமர்சிக்கும் தி.க.சி., அவரின் படைப்புத் திறனை இப்படி மதிப்பிடுகிறார்,

இவரது உலகம் சுருங்கிய உலகம், பூஜை உலகம், போதை உலகம், (அதாவது மோட்சக் கற்பனை உலகம்!) ஆன்மிக தத்துவ உலகம், ஜீவாத்மா பரமாத்வாவை நாடி புலன்களை ஒடுக்கித் தவம் செய்யும் உலகம். எனவே, கருணை உள்ளமும் மனிதாபிமானமும் இருப்பினும் இவரால் பல்வேறு ஒளியும் நிழலும் கொண்ட அழுத்தமான கதாபாத்திரங்களைப் படைக்க இயலவில்லை.

சுருங்கச் சொன்னால் 'கல்கி' கோஷ்டிக்கும் (பொழுது போக்கு இலக்கிய கோஷ்டிக்கும்), 'மணிக்கொடி' கோஷ்டிக்கும் (தேசிய மறுமலர்ச்சி கோஷ்டிக்கும்) ஓர் இணைப்புப் பாலம் இவர். இவ்விரண்டு கோஷ்டிகளிலுள்ள சிறந்த அம்சங்களை இணைக்க முயன்று அதில் ஓரளவு வெற்றியும் கண்டிருக்கிறார். இதுதான் இவ்வாசிரியரின் 'தனித்துவம்' என்று கூறலாம்.

முடிவுரையாக, கற்பனைக் கூட்டிலிருந்து சில நேரங்களில் யதார்த்த உலகை எட்டிப் பார்த்து இன்னிசை பாடும்பறவை என்று இவரை வருணிக்கலாம்! (பக். 153 - 154) என்கிறார் தி.க.சி.

அடுத்து, ஆர். சண்முகசுந்தரத்தின் 'மனமயக்கம்' கதைத் தொகுப்பைத் திறனாய்வு செய்கிறார். மணிக்கொடி எழுத்தாளர்களை ஒருவரோடு ஒருவரை ஒப்பிட்டே தி.க.சி. எழுதுகிறார். இவரின் பலவீனங்களை இப்படிப் பதிவு செய்கிறார்.

முதலாவதாக, இவரது கதைகளில் பெரும்பான்மை பூரணத்துவம் பெறாமல் மிகச் சுருக்கமாக ஒரு நடைச் சித்திரம் மாதிரி (Sketch or Portrait) போல இருக்கின்றன. அதாவது, வார்ப்பு முறையில் கவனம் செலுத்தாமல் உருவாக்கிய சிற்பங்களைப் போல் எழில் குன்றியுள்ளன.

இரண்டாவதாக, மௌனி புதுமைப்பித்தன் கு.ப.ரா ஆகியோரின் பாணியில் கதை எழுத முயன்று, தோல்வி கண்டிருக்கிறார் இவர்.

மூன்றாவதாக இந்த இருபத்து இரண்டு கதைகளில் சரிபாதி பொழுது போக்கு இலக்கியப் பாணியில் (அதாவது கல்கி பாணியில்) அமைந்திருக்கின்றன.

என்றாலும், ஆர். சண்முகசுந்தரத்தின் இதயம் சரியான இடத்திலேயே இருக்கிறது என்கிறார்.

கொங்குநாட்டு விவசாயிகளிடமும் தறிகாரர்களிடமும் சாதாரண ஜனங்களிடமும் அன்பு பூண்டிருக்கும் ஆர். சண்முகசுந்தரம், மனிதாபிமான இலக்கியவாதியாக அல்லாமல், வேறு எப்படி மிளிரமுடியும்? என முடிக்கிறார்.

அடுத்து, மணிக்கொடி இதழின் துணை ஆசிரியர் கி.ரா. (கி. ராமச்சந்திரன்) எழுதிய 'வெள்ளிக்கிழமை' தொகுப்பை

ஆய்வுக்குட்படுத்துகிறார். கி.ரா.வின் சிருஷ்டித் திறன் பற்றி விதந்து பேசும் தி.க.சி. அவரது கதைகளின் சிறப்புக் கூறுகளை அடுக்கிச் செல்கிறார். இறுதியாக,

“ஒர் ஆசிரியன் மனித தத்துவவாதியாகவும், யதார்த்த வாதியாகவும், அதீத கற்பனாவாதியாகவும், நையாண்டிக்காரனாகவும், தேசிய ஜனநாயகவாதியாகவும், சோதனைக் காரனாகவும் இருக்கலாம். ஆனால் எல்லாவற்றுக்கும் மேலாக அவன் படைப்புக் கலைஞனா என்ற கேள்விதான் ஜீவாதாரமானது. கி.ரா. ஒரு படைப்புக் கலைஞனா?...

ஆம் கி.ரா. ஒரு சிறந்த படைப்புக்கலைஞன். ‘மணிக்கொடி’ பண்ணையில் பூத்த வாச மலர்கள் வண்ண மலர்கள் பல. அவற்றிலே கி.ரா. எனற தேன் மலரும் ஒன்று!...” (ப.176) என்று மதிப்பிடுகிறார்.

இறுதியாக, பி.எஸ். ராமயாவின் ‘கார்னிவல்’ என்ற ஒரு சிறுகதையைப் பற்றி விரிவான விமரிசனத்தை முன் வைக்கிறார். இதுவரை மணிக்கொடி எழுத்தாளர்களின் ஒரு கதைத் தொகுப்பை மதிப்பிட்டவர், ஒரே ஒரு கதையை முன்னிறுத்தி பி.எஸ்.ரா வின் படைப்பு நுட்பத்தைப் பேசுகிறார்.

“‘கார்னிவல்’ அற்புதமான உருவமும் உள்ளடக்கமும் வாய்ந்த ஒரு கலாசாதனை.

தமிழகத்தில் சுமார் முப்பது ஆண்டுகளுக்கு முன்பே டால்ஸ்டாய், செஹாவ், மாக்ஸிம் கார்க்கி ஆகியோருக்கு நிகராகக் கதை எழுத வல்லவர்கள் தோன்றிவிட்டார்கள். அத்தகைய மேதாவிலாசம் படைத்த கலைஞர்களில் பி.எஸ். ராமையாவும் ஒருவர் என்பதில் எனக்கு ஐயமில்லை.

ராமையாவின் ‘கார்னிவலில்’ யதார்த்த எழிலும், காவியநயமும் சிறந்த சிந்தனையும் மனோதர்மமும் சுடர் விடுகின்றன.

டால்ஸ்டாயின் அன்னாகரினாவைப் போல் ராமையாவின் வனஜாவும் தமிழ்ச் சிறுகதையில் எனக்கு மிகவும் பிடித்தமான ஒரு பாத்திரம் எத்தனை ஆண்டுகள் ஆனாலும் நெஞ்சைவிட்டு நீங்காத கலை வடிவம்!

பி.எஸ். ராமையாவின் ‘கார்னிவல்’ புதுமை, தனித்தன்மை, பூரணத்துவம் ஆகிய உன்னதக் கலைப் பண்புகள் செறிந்த ஓர் உணர்ச்சி ஓவியம், ஆயிரக்கணக்கான தமிழ்ச் சிறுகதைகளில் ஓர் அபூர்வ ரத்தினம்!” (பக். 188 - 189) என்றெல்லாம் சிறந்த பாராட்டுரையைத் தருகிறார்.

தி.க.சி. இலக்கியச் சிந்தனை அமைப்போடு நெருங்கிய தொடர்பில் இருந்தார். எனவே மாதக்கதைகளில் இருந்து சிறந்த கதையைத் தேர்ந்தெடுத்தல், ஆண்டில் வெளிவந்த சிறந்த கதைகளில் சிறந்ததைத் தேர்ந்தெடுத்தல் போன்றவற்றைச் செய்துள்ளார். மேலும் இதழ்களிலும் தமிழ்நாடு கலை இலக்கியப் பெருமன்றம் போன்ற அமைப்புகளிலும் சிறுகதைப் போக்குகள் பற்றிக் கட்டுரைகள் பல எழுதி உள்ளார். மணிக்கொடி கதைகள் பற்றிய மதிப்பீடே, தி.க.சி.யின் சிறுகதைத் திறனாய்வுகளின் அடித்தளமாக அமைகின்றது.

1980 - 90 காலக்கட்டச் சிறுகதைகள் பற்றி ‘தமிழ்ச் சிறுகதைகள் - ஓர் உரத்த சிந்தனை’ எனும் கட்டுரையில்,

பெரும்பாலான எழுத்தாளர்களின் மொழி நடையில் வித்தியாசம் காணமுடியவில்லை. அதாவது, தனித் தன்மை இல்லை.

கதையின் தலைப்பு உரையாடல்கள் ஆகியவற்றில் ஆங்கிலச் சொற்களின் ஆதிக்கம் அதிகரித்து வருகிறது. இந்த விரும்பத் தகாத போக்கு விரைவில் தவிர்க்கப்பட வேண்டும். கடுமையாகச் சொல்வதானால் இத்தகைய கதைகளைப் பத்திரிக்கை ஆசிரியர்களும் பதிப்பகத்தாரும் உறுதியாகப் புறக்கணிக்க வேண்டும்.

கதைக் கருவைத் தேர்ந்தெடுப்பதிலும் இன்றைய சிறுகதைப் படைப்பாளிகளின் போக்கில் தீவிர மாற்றம் தேவை. அரைத்த மாவையே அரைத்துக் கொண்டிருக்கும் எழுத்தாளர்களும் அவற்றை வெளியிடும் பத்திரிகை ஆசிரியர்களும் சற்று சிந்திப்பார்களாக!

புதிய மனிதனையும் புதிய சமுதாயத்தையும் புதிய பண்பாட்டையும் படைக்க வேண்டிய காலகட்டம் இது என்ற உணர்வுடன் நமது படைப்பாளிகள் செயல்பட்டால் விளைவுகள் நன்றாகவே இருக்கும். ஏனெனில் நமது சிறுகதை விளைநிலம் மிகச் செம்மையாக உள்ளது.

முடிவாகக் கூறுமிடத்து, 1980 - 90 காலகட்டத்தில் தமிழ்ச்சிறுகதைகளின் வளர்ச்சி மனநிறைவு அளிக்கிறது. கி.பி. இரண்டாயிரத்தில் இந்த வளர்ச்சி இன்னும் சிறப்பாக இருக்கும் என நம்பலாம். இத்துறைகளில் நமது விழிப்பு உணர்வு, அர்ப்பண உள்ளம், விடா முயற்சி, சகிப்புத்தன்மை, ஒத்துழைப்பு இவற்றைச் சார்ந்து, இந்த முன்னேற்றம் அமைந்திருக்கும். (ப. 281)

தி.க.சி., சிறுகதை உருவம், உள்ளடக்கம் என்று அணுகி நிறை குறைகளைச் சுட்டுகிறார். அதே வேளை படைப்பாளிகளை ஊக்கப்படுத்தி நம்பிக்கையளித்து வளர்த்தெடுக்க முயல்வதை இவ்வெழுத்துக்கள் உணர்த்துகின்றன.

நாவல் திறனாய்வு

தி.க.சி. தமிழ் நாவல்களோடு பிற இந்திய, உலக மொழிகளின் நாவல்களைத் தொடர்ந்து பயின்றவர். நாவல் இலக்கியங்களைக் கோட்பாட்டு ரீதியாக அவர் அணுகவில்லை. வாசக நோக்கில் நாவல்களை அவர் திறனாய்வு செய்துள்ளார். தம் காலத்தில் வெளிவந்த முக்கியமான நாவல்களை அவர் வாசித்தவராக இருந்தார். சிறுகதை போல விரிவாக அவர் எழுதவில்லை. ஒரு சில நாவல்களைத் தவிர்த்து ஏனையவை பற்றிச் சுருக்கமாகவே அவர் எழுதியுள்ளார்.

நா. பார்த்தசாரதி - சமுதயவீதி, ஆ. மாதவன் - புனலும் மணலும், நாஞ்சில் நாடன் - தலைகீழ் விகிதங்கள், ராஜம்கிருஷ்ணன் - கரிப்பு மணிகள், பூமணி - பிறகு, அசோகமித்திரன் - கரைந்த நிழல்கள், எஸ். சங்கர நாராயணன் - மானுட சங்கமம், டி. செல்வராஜ் - மூலதனம், ஆர். சண்முகசுந்தரம் - நாகம்மாள், நா. சிதம்பரசுப்பிரமணியன் - மண்ணில் தெரியுது வானம், சு. சமுத்திரம் - வெளிச்சத்தை நோக்கி, ஆதவன் - காகிதமலர்கள், வல்லிக்கண்ணன் - மன்னிக்கத் தெரியாதவர், வாஸந்தி - வேர்களைத்தேடி ஆகிய நாவல்கள் குறித்துத் தனியே அறிமுகமாகவும், திறனாய்வாகவும் தி.க.சி. எழுதி உள்ளார். எண்பதுகளில் தமிழ் நாவல், நான்படித்த நாவல்கள்... என்று ஏராளம் நாவல்கள் பற்றிய குறிப்புகளைத் தருகிறார்.

பரந்த வாசகர் என்ற நிலையில் அனைத்துத் தரப்பு நாவல்களையும் தி.க.சி. வாசித்து, அவை பற்றிய அறிமுகங்களைத் தருகின்றார். நாவல்

இலக்கியமும், நாவல் இலக்கியத் திறனாய்வும் வளர்ச்சி பெற்று வரும் நிலையில் தி.க.சி. யின் நாவல் குறித்தக் கண்ணோட்டங்களை அவரது எழுத்துக்கள் தருகின்றன.

தமிழ் நாவல்களின் வரலாற்றில் கொள்கை அடிப்படையில், ஐந்து முக்கியப் போக்குகள் ஏற்பட்டன. அவை வருமாறு:

1. காந்தியக் கொள்கை
2. திராவிட இயக்கக் கொள்கை
3. அராஜகவாதக் கொள்கை (Anarchism)
4. ஜனரஞ்சகக் கொள்கை (Popliterature & Culture)
5. முற்போக்கு இலக்கியக் கொள்கை (ப. 406)

முற்போக்கு எழுத்தாளன் என்பவன், தனது லட்சியங்களுக்கு விசுவாசமாக இருக்க வேண்டும், அவன் கூட்டு முறையில் பணியாற்ற வேண்டும், எல்லாவற்றுக்கும் மேலாக அவன் புரட்சிகர மனிதாபிமானியாக விளங்க வேண்டும்.

* Loyalty to Principles
* Collectivism
* Revolutionary Humanism

இந்த மூன்று பண்புகளும் ஒருங்கிணைந்தவர்கள் தாம் சிறந்த முற்போக்கு எழுத்தாளராக விளங்க முடியும். (ப. 418)

நாஞ்சில் நாடனின் 'தலைகீழ் விகிதங்கள்' நாவலைப் பாராட்டி வரவேற்கிறார் தி.க.சி.

"தலைகீழ் விகிதங்களைக் கொண்ட இந்தச் சமுதாய நிலையை மாற்ற வேண்டும். சோம்பேறிக் குயிலினங்கள் ஏமாளிக் காகங்களை ஏந்திப் பிழைக்கும் வாழ்க்கை முறையை வெடிவைத்துத் தகர்க்க வேண்டும் என்று சிவதாணுவின் மூலம் தமது தத்துவ நோக்கை நாஞ்சில் நாடன் வெளியிடுகிறார் என்று நாம் கொள்ளலாம்.

எனவே, சிறந்த தத்துவ நோக்கு, எதார்த்த வாழ்வைப் பிரதிபலிக்கும் பாத்திரங்கள், சக்திவாய்ந்த மொழி நடை, எல்லாவற்றுக்கும் மேலாகக் கலையழகுடன் கூடிய வெளியீட்டுத்திறன்

ஆகியவற்றால் நாஞ்சில் நாடனின் தலைகீழ் விகிதங்கள் ஒரு குறிப்பிடத்தக்க நாவல் எனலாம்". (பக். 291 - 292)

நாஞ்சில் நாடனின் முதல் நாவலை வரவேற்கும் தி.க.சி., பூமணியின் 'பிறகு' நாவலையும் ஆக்கமுறையில் திறனாய்வு செய்கிறார்.

"நாடு விடுதலை பெற்ற பிறகு, சுமார் இருபது ஆண்டு காலத்தில் ஒரு கிராம சமுதாயத்தின் வளர்ச்சியைப் பல்வேறு பாத்திரங்களின் பண்புகளை மிக எதார்த்தமாகச் சித்தரிக்கும் இந்நாவலில் கொச்சை அதிகமாக இருக்கிறது என்று சிலர் கூறக்கூடும். விவசாயிகளின் பேச்சிலே கொச்சை இருந்தாலும், அவர்களின் உள்ளம் சுத்தமானது, நேர்மையானது, அழகானது, இந்த அம்சம் பூமணியின் நாவலுக்கும் பொருந்தும். பூமணியின் நடையில் கொச்சை மட்டுமல்ல கவித்துவமும் இருக்கிறது".

நாவல் இலக்கியப் போக்குகள், நான் படித்த நாவல்கள், எண்பதுகளில் நாவல்கள் ஆகிய தலைப்புகளில் தி.க.சி. நிறைய நாவல்களை முன்வைத்து அவற்றின் சமூக, பொருளாதார, தத்துவக் கண்ணோட்டங்களை அலசி ஆராய்ந்துள்ளார். இதில் தாம் மேற்கொண்ட நிலையை இப்படிப் பதிவு செய்கிறார்.

"பணத்திற்காகவும் விளம்பரத்திற்காகவும் உல்லாச வாழ்க்கை வசதிகளுக்காகவும் எழுதுகின்றவர்களை வேண்டுமென்றே இக்கட்டுரையில் விட்டுவிட்டேன்.

தமிழ் நாவலில் ஆழமும் விரிவும் தரமும் மேன்மையும் வேண்டும் என்று ஓரளவேனும் அக்கறையுள்ள படைப்பாளிகளை மட்டுமே கருத்தில் கொண்டுள்ளேன்" (ப. 389).

"தமிழ்ச் சிறுகதைத் தளத்தில் வெளியிட்ட பரிணாமமும் அழகும் எண்பதுகளில் தமிழ் நாவல் கொண்டிருக்கவில்லை" என்ற அசோகமித்ரனின் கருத்து சரியல்ல, 1980 - 90 காலகட்டத்தில் தமிழ் நாவலில் உருவத்திலும் உள்ளடக்கத்திலும் பல பரிமாணங்கள் ஏற்பட்டுள்ளன, அதன் அழகியல் கூறுகள் பெருகியுள்ளன என்றே எனக்குத் தோன்றுகிறது.

குறிப்பாக, *1953* இல் ரகுநாதனின் ‘பஞ்சும் பசியும்’ வெளிவந்த பின்னர், தமிழ்நாவல் வளர்ச்சியில் ஒரு முக்கிய திருப்பம் ஏற்பட்டுள்ளது. விமர்சன எதார்த்தவாதம், சோஷலிச யதார்த்தவாதம் என்னும் படைப்பு முறைகளின் மூலம் புதிய சிகரங்களைத் தமிழ் நாவல் எட்டியுள்ளது. சாதாரண மனிதநேயத்தை மட்டுமின்றி புரட்சிகர மனிதநேயத்தையும் பிரதிபலிக்கும் பாத்திரங்களைத் தமிழ் நாவல் களத்தில் காண்கிறோம். (ப. *387)*”.

மணலூத்து என்ற நெல்லை மாவட்டக் கரிசல் நிலக் கிராமத்தையும் அதன் வட்டாரச் சூழலையும் மட்டும் பூமணி பிரதிபலிக்கவில்லை. அங்குள்ள மக்களின் ஆன்மாவையே அவர் பிரதிபலிக்கிறார்”. (ப. *299)*

ஓர் இலக்கியப் படைப்பு எப்படி அமைய வேண்டும் என்பதை எஸ். சங்கர நாராயணனின் ‘மானுட சங்கமம்’ நாவல் விமர்சனத்தில் குறிப்பிடுகிறார்.

“ஒரு படைப்பாளியிடம் சிறந்த தத்துவப் பார்வையும் சமுதாயப் பொறுப்பு உணர்ச்சியும் இணைந்திருக்க வேண்டும். உண்மை, நீதி ஆகியவற்றைத் தனது படைப்பாற்றலின் இரு கண்களாக அவன் போற்ற வேண்டும். சமுதாய உண்மைக்காகவும் முன்னேற்றத்திற்காகவும் தனது படைப்பாற்றலைப் பயன்படுத்துவோனே உயர்ந்த கலைஞன். இந்த அம்சங்கள் மானுட சங்கமம் நாவலில் பிரதிபலிப்பதைக் காண்கிறோம்”. (ப. *305)*

அதே போல, “ஆர். ஷண்முகசுந்தரத்தின் ‘நாகம்மாள்’ *1940 - 1950* வரையுள்ள காலக்கட்டத்தில் வெளிவந்த தலையாய இலக்கியப் படைப்புக்களில் ஒன்று, இந்தக் கால் நூற்றாண்டுக் காலத்தில், தமிழ் நாவல் இலக்கியத்தில் தனித்து நின்று ஒளிவீசும் நவரத்தினம்*!*” (ப. *324)* என்கிறார்.

நா. சிதம்பர சுப்பிரமணியனின் ‘மண்ணில் தெரியுது வானம்’ நாவலின் கருத்தைக் கடுமையாக தி.க.சி. விமர்சிக்கிறார்.

“மண்ணில் வானம் தோன்ற வேண்டும்; மக்கள் எல்லோரும் தேவர்களாக வேண்டும். ஆனால், ‘அக வளர்ச்சியில்தான் மனித வளர்ச்சியிருக்கிறது’ என்று ஜபிப்பதாலோ, யந்திர வளர்ச்சியைச்

சபிப்பதாலோ இங்கு வானம் தோன்றி விடமுடியாது. விஞ்ஞான ரீதியில் அமைந்த சுரண்டலற்ற ஏற்றத் தாழ்வுகள் அற்ற, சோஷலிஸ சமுதாயத்தில் மனிதனின் அகமும் புறமும் முழுவளர்ச்சி அடை முடியும். இதைத்தான் இந்த இருபதாம் நூற்றாண்டு அன்றாடம் நிரூபித்துக் கொண்டிருக்கிறது. உலக வரலாற்றின் வளர்ச்சி விதிகளிலிருந்து இந்தியா தப்பிவிட முடியாது. நமது இந்திய மண்ணிலும் ஒரு வானகம் தோன்றும். அந்த வானகத்தை இங்குக் கொண்டுவரும் சக்தி இந்நாட்டில் கரத்தாலும், கருத்தாலும் உழைக்கும் மக்களின் ஒன்றுபட்ட நடவடிக்கைகளில் உள்ளது. முடிவாக டால்ஸ்டாயின் 'புத்துயிர்' போன்ற அந்த மரபில் வரக்கூடிய ஒரு நாவலை திரு. சிதம்பர சுப்பிரமணியன் அவர்களிடம் எதிர்பார்த்தேன் அவர் என்னை நன்றாக ஏமாற்றிவிட்டார்". (ப. 332)

சு.சமுத்திரத்தின் 'வெளிச்சத்தை நோக்கி' நாவல் மதிப்பீட்டின் இறுதியில்,

"தமிழ் நாவலில் வணிகக் கலாச்சாரப் போக்குகள் அதிகரித்து வரும் இவ்வேளையில் மாத நாவல்கள், வார வெளியீடுகள் என்னும் பெயரில் பாலியல் வக்கிரங்களும், வன்முறைகளும் வாசகர் மனங்களைக் கொள்ளைநோய் போல் தாக்கிவரும் தருணத்தில், இருளிலிருந்து ஒளியை நோக்கி அழைத்துச் செல்லும் படைப்புகள் பலதேவை. எண்ணிக்கையில் மட்டுமின்றி தரத்திலும் அவை உயர்ந்திருக்க வேண்டுமென்பது மிக முக்கியம்.

தமிழ்நாவல் ஒரு பண்பாட்டு நெருக்கடியில் இன்று சிக்கித் தவிக்கிறது. இருள்மயமான சக்திகளின் ஆதிக்கம் மேலோங்கி வருகிறது. இவற்றை முறியடித்து வெற்றி காண்பதற்கு, 'எல்லாம் மனிதனுக்கே! மனித குலத்தின் நல்வாழ்வுக்கே' என்னும் சீரிய குறிக்கோளைக் கொண்ட கலை இலக்கியத் துறையினரின் இயக்கம், வீறுடன் செயல்பட வேண்டும். இத்தகைய இயக்கத்தின் முன்னேற்றத்திற்கு 'வெளிச்சத்தை நோக்கி' என்னும் சு. சமுத்திரத்தின் நாவல் பங்காற்றும் என்பது என் திட நம்பிக்கை" (பக். 341 - 342)

* தி.க.சி. முக்கிய நாவல்களை எல்லாம் வாசித்துள்ளார்
* வாசித்த நாவல்களை இதழ்களில் திறனாய்வு செய்துள்ளார்.
* நாவலின் கருத்துக்கே அதிகம் அழுத்தம் கொடுத்துள்ளார்.

* புதிய, இளம் படைப்பாளிகளை மனம் திறந்து பராட்டி ஊக்கப்படுத்தியுள்ளார்.
* மூத்த படைப்பாளிகளை அவர்களின் சார்புநிலை அடிப்படையில் விமர்சித்துள்ளார்.

இதழ்த் திறனாய்வு

தி.க.சி. இலக்கிய இதழ்களை அறிமுகப்படுத்தியும் மதிப்பிட்டும், இலக்கியப் பணிகளைப் பாராட்டியும் எழுதியுள்ளவை இப்பகுதியில் உள்ளன.

மல்லிகை, நண்பர்வட்டம், நா.வா.வின் ஆராய்ச்சி, கசடதபற, தீபம், விகடன், குமுதம், தினத்தந்தி, மணிக்கொடி, சுபமங்களா ஆகிய இதழ்களைப் பற்றிய பதிவுகள் உள்ளன. தீபம் இதழ் குறித்த ஆய்வில் அதன் ஆசிரியர் நா. பார்த்தசாரதியின் அர்ப்பணிப்பு போற்றப்படுகின்றது. மணிக்கொடி உருவாக்கிய இலக்கிய மரபும், சிற்றதழ்களில் அதன் தாக்கமும் தி.க.சி.யால் முன்வைக்கப்படுகின்றன.

இலங்கையிலிருந்து வெளிவரும் 'மல்லிகை' இதழ் பற்றியும் அதன் ஆசிரியர் டொமினிக் ஜீவா குறித்தும்,

"முற்போக்கு இலக்கியம் என்றால், அழகுணர்ச்சியும் மனிதநேயமும் சமூகப் பொறுப்பும் கொண்டிருக்க வேண்டும் என்று அவர் கருதுகிறார். இக் கண்ணோட்டத்தில் இலக்கியம் சமைப்பவர்கள் தாம் இன்றைய தமிழ் இலக்கியத்தின் தரத்தை உலக இலக்கியத்தின் தரத்திற்கு உயர்த்த முடியும் என்பது அவரது திடமான கோட்பாடு. இதை மல்லிகையின் பக்கங்களில் தெளிவாகக் காண்கிறோம்.

மல்லிகை ஆசிரியர் டொமினிக் ஜீவாவின் கொள்கைப்பிடிப்பு பொறுமை, விவேகம், பெருந்தன்மை, தோழமை, உணர்ச்சி, நாட்டுப்பற்று, மொழிப்பற்று இவையும் மல்லிகையின் வெற்றிக்கு அடிப்படைக் காரணங்களாகும்". (ப. 423)

குமுதம், விகடன், தினத்தந்தி போன்ற வெகுமக்கள் இதழ்களின் வணிகத் தன்மைகளைத் தி.க.சி. விமர்சிக்கிறார். "கசடதபற" குழுவின் போக்கை மறுக்கவும் மணிக்கொடி மரபை ஏற்கவும் செய்கிறார்.

மணிக்கொடி மரபு குறித்து,

“வ.ரா. மேற்கொண்ட இருவகைத் தொண்டுதான், மணிக்கொடி மரபின் அடிப்படையாகும், ஜீவாதாரமாகும். தனிமனித மனசாட்சியைக் கிளர்ந்தெழச் செய்து, போலிக் கருத்துக்களையும், ஆதாரங்களையும் அழித்து, சமூகத்தைச் சீர்திருத்தல், பாரதி வகுத்த வழியில் தமிழை வளப்படுத்துதல். இதுவே மணிக்கொடி பரம்பரையின் வழிகாட்டு நெறியாகும். மணிக்கொடிக்குப் பின்னர் கடந்த ஐம்பதாண்டுக் காலத்தில் வெளிவந்துள்ள சூறாவளி, கலாமோகினி, கிராம ஊழியன், நவசக்தி, சந்திரோதயம், சக்தி, தேனீ, சரஸ்வதி, சாந்தி, சிந்தனை, எழுத்து, இலக்கிய வட்டம், கசடதபற, நடை, கணையாழி, ஞானரதம், தீபம், கண்ணதாசன், தாமரை, இலங்கை டொமினிக் ஜீவாவின் மல்லிகை, சதங்கை, செம்மலர், சிகரம், ழ, யாத்ரா, அஃ்க், கொல்லிப்பாவை போன்ற சிறிய, நடுத்தர ஏடுகளின் இலக்கியப் பணி குறிப்பிடத்தக்கது”. *(ப. 469)*

எனக்கூறி மணிக்கொடி மரபின் தொடர்ச்சியாகப் பல இதழ்கள் வெளிவருவதைச் சுட்டுகிறார்.

ஆளுமைத் திறனாய்வு

தி.க.சி. தன் கால இலக்கிய ஆளுமைகள் பற்றியும், சிலருக்கு நினைவுக் குறிப்புகளாகவும் எழுதியவை ‘ஆளுமைத் திறனாய்வு’ என்ற பகுப்பில் இடம்பெற்றுள்ளன.

புதுமைப்பித்தன், வல்லிக்கண்ணன், சி.சு. செல்லப்பா, விந்தன், நா. பார்த்தசாரதி, என்.ஆர். தாசன், இ.எஸ்.டி., வ.ரா., தமிழ்ஒளி, நா.வா., க.கைலாசபதி, ஆர்.கே. கண்ணன், பி.எஸ். ராமையா, ஜீவா, தொ.மு.சி. ரகுநாதன், வெ. சாமிநாதசர்மா, கே.சி.எஸ். அருணாச்சலம், டி.எஸ். சொக்கலிங்கம், கா. சிவத்தம்பி, ஜெயமோகன், சாருநிவேதிதா ஆகியோர் குறித்த பதிவுகள் இதில் இடம் பெற்றுள்ளன.

புதுமைப்பித்தன் குறித்து தி.க.சி.யின் மதிப்பீடு மணிக்கொடி கதாசிரியர்கள் பற்றி எழுதிய காலத்தில் எழுந்தவை. புதுமைப்பித்தன் மறைவுக்குப் பின் அவர் குறித்து அதீதமாக தீவிர எழுத்துலகம் பிம்பங்களை உருவாக்கிய போது தி.க.சி. அவர் குறித்து விவாதித்தது அதிகம் கவனம் பெற்றது.

“புதுமைப்பித்தன் அநீதியின் விரோதி; அற்பத்தனத்தின் எதிரி; ஆஷாடபூதிகளின் பகைவன், அல்லற்பட்டு அழுந்துவோரின் ஆப்த நண்பன், அவர் சிருஷ்டித்தது மக்கள் விரோத இலக்கியமல்ல மனிதாபிமான இலக்கியம்!.

புதமைப்பித்தனின் இலக்கியம் ஜனநாயக இலக்கியம், தமிழ்ச் சிறுகதைகளின் சரித்திரத்தில் ஒரு புதிய மாறுதலை, புரட்சியைத் தோற்றுவித்தவர் புதுமைப்பித்தன்.

தமிழன்னையின் தவப்புதல்வர்களில் ஒருவர் புதுமைப்பித்தன். தமிழ் மொழி வாழ்வும், தமிழ் இலக்கியம் செழித்துக் கொழிக்கவும் தன்னையே தியாகம் செய்தவர் புதுமைப்பித்தன்”. (ப. 491)

என பு.பி. யின் நிறைகளை அடுக்குகிறார் தி.க.சி. புதுமைப்பித்தனின் கதைகள், கதைமாந்தர்கள், இலக்கியத் தகுதி குறித்து,

“விபசாரி, ஓட்டல் சிப்பந்தி, பிச்சைக்காரன், வர்த்தகக் குமாஸ்தா, எழுத்தாளன், பத்திரிக்காசிரியன் ஆகியோரைக் கதாபாத்திரங்களாகக் கொண்டு தாம்கண்ட வாழ்வை, தமது உள்ளத்து எதிரொலிகளைச் சிறுகதையாக்கியிருக்கிறார் புதுமைப்பித்தன். அவர் காலத்தில் இப்படி எழுதினவர்கள் ஒருவரும் இல்லை, இப்படி எழுதுவது இலக்கிய மரபு அல்ல, கலை மரபு அல்ல” என்று பெரும்பாலான எழுத்தாளர்கள் கருதினார்கள், பத்திரிக்காசிரியர்களும், பிரசுரகர்த்தாக்களும், அவ்வாறே எண்ணினார்கள். இந்தப் பழமைப் பித்தர்களின் பாதையிலிருந்து விலகி.....”

1956 ஆம் ஆண்டில் புதுமைப்பித்தன் குறித்து சரஸ்வதி இதழில், ஆர். கே. கண்ணனும், ரா.ஹரியும் எழுதினார்கள் (1956, ஜன. பிப். மார்ச்). அதன் தொடர்ச்சியாக தி.க.சி. எழுதிய ‘புதுமைப்பித்தன்’ என்ற கட்டுரை 1956 செப்டம்பரில் வெளியானது. இதில் தி.க.சி. புதுமைப்பித்தன் குறித்து தனது மதிப்பீட்டை முன்வைத்தார்.

புதுமைப்பித்தனின் கதைகள், கட்டுரைகள் வழி அவரின் இலக்கிய நோக்கை, தனித் தன்மைகளைத் தி.க.சி. “புதுமைப்பித்தனுடைய சிருஷ்டித் திறன் வியக்கத்தகுந்தது. மேதாவிலாசம் பொருந்தியது அவரது ஒவ்வொரு கதையும் ரஸத்துணுக்கு என்றே சொல்ல வேண்டும். நெஞ்சில் உரமிருந்ததால், நேர்மைத் திறன் இருந்ததால் வாழ்வைப் படம்பிடிக்க

வேண்டும் என்னும் சத்திய ஆவேசம் இருந்ததால் புதமைப்பித்தனுடைய சிருஷ்டிகளில் ஒரு கம்பீரம், ஒரு வீரியம் இருந்தது. தமிழ்ப் பண்பாட்டில் வேரூன்றி உலக இலக்கியங்களையும் கற்றுத் தேர்ந்த கலையுள்ளம் அவருடையது. எனவே அவர் எழுத்தில் ஒரு மோகன லாகிரி இருக்கிறது. அவருடைய கட்டுக்கோப்புத் திறனும் கலை நயமும் மாற்றாரையும் மதி மயங்கச் செய்தன. செயலற்றுப் போகச் செய்தன பழமை வாதிகளின் 'பாச்சா' பலிக்கவில்லை!''. *(ப. 489)*

"பொதுத்தன்மை நம்பிக்கை வறட்சி என்கிறார் புதுமைப்பித்தன். புதுமைப்பித்தன் படைப்புகளில் மிகவும் குணக்கேடான அம்சம், இந்த 'நம்பிக்கை வறட்சிதான் தன்னம்பிக்கையின்மைதான்.'' *(ப. 492)*

இறுதியாக புதுமைப்பித்தன் குறித்த மதிப்பீட்டுக்கு வருகிறார், 'முதலாளித்துவத்தின் வலையில் வீழ்ந்துவிட்ட ஒரு சிறந்த கலைஞன்' என்று தான் நான் புதுமைப்பித்தனைக் கருதுகிறேன்.

புதுமைப்பித்தன் 'தருமத்தின் வாழ்வுதனைச் சூதுகவ்வும்' என்ற உண்மையைப் படம் பிடித்தார். ஆனால், 'தருமம் மறுபடி வெல்லும்' என்னும் மகத்தான சரித்திர உண்மையைச் சித்தரிக்கவில்லை. இதுதான் அவர் எழுத்துக்களிலுள்ள முக்கிய குறைபாடு.

புதுமைப்பித்தன் எழுத்துக்களில 'புதுமையும்', 'பித்தமும்' கலந்திருக்கிறது. அவருடைய சீக்குப்பிடித்த தத்துவவிசாரத்தை, நம்பிக்கை வறட்சியைத், தனிமனிதவாதத்தை இருண்ட கண்ணோட்டத்தை நாம் தள்ளிவிட வேண்டும். இந்தப் 'பித்தம்' தமிழ் இலக்கிய வளர்ச்சிக்கு உதவாது, அவருடைய கற்பனை, மனோதர்மம், கலைத்திறன், நடையழகு, சொல்லாட்சி, கட்டுக்கோப்பு, உயிர்த்துடிப்பு தமிழ் எழுத்தாளர்களுக்கு வேண்டும். இதுதான் நாம் கைக்கொள்ள வேண்டிய புதுமை. புதுமைப்பித்தனுடைய படைப்புகள் தமிழ் இலக்கியக் கருவூலத்தின் ஒருபகுதியாகும்''. *(ப. 502)*

"அனுபவத்தின் நேர் முரணான விஷயங்களை ஒதுக்கிவிட்டு நடைமுறை விவகாரங்களைப் பற்றி எழுதுவதில் கவுரவக் குறைச்சல் ஒன்றுமில்லை என்று துணிந்து எழுதியவர் புதுமைப்பித்தன்'' *(ப. 500)* என்றெல்லாம் பாராட்டும் தி.க.சி. புதுமைப்பித்தனின் குறைகளையும் இப்படிப் பதிவு செய்கிறார்.

புதுமைப்பித்தன் கலை கலைக்காகவே! என்னும் கொள்கை உடையவர்.

மனிதகுலம் முன்னேறும், மனித சமுதாயம் வளர்ந்து அக வாழ்விலும் புற வாழ்விலும் மேம்பட்டுத் திகழும் என்னும் கொள்கையில் அவருக்கு நம்பிக்கை கிடையாது.

'மனிதன்! என்ன கம்பீரமான வார்த்தை!' என்று நாவலிக்கிறார் மாக்ஸிம் கார்க்கி.

'மனிதன் அவனைப் போல் அசட்டுத்தனமான பிரகிருதிகள் கிடையாது. மனிதன் புழு!', என்று ஏசுகிறார் புதுமைப்பித்தன். நொந்து போன உள்ளத்திலிருந்து வந்து விழும் வெம்பல் வார்த்தைகள் இவை! ஆம், மனிதனைச் சிறுமைப்படுத்துவதோடு, தன்னையும் சிறுமைப் படுத்திக் கொள்ளும் வார்த்தைகள்! (ஆனால் இதை அவர் உணரவில்லை!).

"என் கதைகள் ஒவ்வொன்றும் ஒரு விவகாரத்தைப் பற்றியதாக இருக்கும். ஆனால், என் கதைகளின் பொதுத்தன்மை நம்பிக்கை வறட்சி" என்கிறார் புதுமைப்பித்தன்.

இதனைத் தொடர்ந்து 1957 ஆகஸ்டு சரஸ்வதி இதழில் 'வீர வணக்கம் வேண்டாம்!' என்ற கட்டுரையை எழுதினார். தமிழ்ச் சூழலில் மிகுந்த விவாதத்தினை இக்கட்டுரை உருவாக்கிற்று.

"நான் இந்தப் புதுமைப்பித்தன் நினைவு நாளில் அவருக்கு மனப்பூர்வமாக வணக்கம் செலுத்துகிறேன். ஆனால் வீர வணக்கம் செலுத்த விரும்பவில்லை!

புதுமைப்பித்தன் தமிழ்ச் சிறுகதை எழுத்தாளர்களிலேயே தலைசிறந்தவர் என்றும், ஆசிய எழுத்தாளர்களின் "சீனத்து மாக்ஸிம் கார்க்கி" எனப் போற்றப்படும் லூசூனுக்குச் சமமானவர் என்றும் சில அன்பர்கள் புதுமைப்பித்தனுக்கு வீரவணக்கம் செலுத்துகின்றனர்.

புதுமைப்பித்தனைப் புறக்கணிப்பது எவ்வளவு தவறோ அவ்வளவு தவறு புதுமைப்பித்தனுக்கு வீரவணக்கம் செலுத்துவதும். இரண்டும் உண்மையை மறந்த சாமியாட்டம் தான், வெறித்தனம்தான்!

“தமிழ்ச் சிறுகதை எழுத்தாளர்களிலேயே தலைசிறந்தவர்” என்று என்னால் புதுமைப்பித்தனை ஏற்கமுடியவில்லை” (ப. 503).

எனக் கூறி அதற்கான காரணங்களையும் எடுத்துக்காட்டுகிறார்.

இந்த மதிப்பீடுகள் தி.க.சி. இலக்கிய உலகத்திற்குள் நுழைந்து தீவிரமாகச் செயல்பட்ட தருணத்தில் உருவானது. இதன் தொடர்ச்சிதான் 1962 ல் தாமரையில் தொடர்ந்து எழுதிய மணிக்கொடி எழுத்தாளர்கள் பற்றிய திறனாய்வுகள் எனக் கொள்ளலாம்.

பிற்காலத்தில் தி.க.சி.யின் இந்தக் கருத்தில் மாற்றத்தைக் காணமுடியும். 1998 ஆகஸ்ட் கணையாழி இதழில் “புதுமைப்பித்தன், தமிழ் இலக்கியத்திற்கு ஒரு புதிய திருப்பம் தந்த தீவிர மனிதாபிமானி (Radical Humanist), விமர்சன யதார்த்தவாதம் (Critical Realism) என்பது, அவரது புரட்சிகரமான படைப்பு முறை; புதுமைப்பித்தன் மரபை மேன்மேலும் செழுமைப் படுத்துவதும், முன்னெடுத்துச் செல்வதும் அதற்கான வழிவகை காண்பதும் இன்றைய படைப்பாளிகளின் குறிப்பாக இளைய தலைமுறையின் உடனடிக் கடமை” (ப. 513) என்கிறார்.

1999 ஆம் ஆண்டு எழுதிய ஒரு கட்டுரையில், “என்னைப் பொறுத்தவரையில் நமக்குக் கல்கியும் வேண்டும், புதுமைப் பித்தனும் வேண்டும் ஏனெனில் இருவரும் மகாகவி பாரதியின் பெருமைக்குரிய வழித்தோன்றல்கள், அவரது குறிக்கோள்களைத் தமிழ் மக்களின் இதயத்திலும் வாழ்விலும் தமது படைப்புகளின் வாயிலாக விதைத்தவர்கள். புதிய தமிழகம் காண விழைந்தவர்கள். இலக்கியத்தைப் படைப்பதில் அவர்களது பாதை (செய்முறை) வித்தியாசமானது, அவர்களது படைப்புகளின் இலக்கியத்தரம் வெவ்வேறானது, அதே வேளையில் இருவரும் தமிழில் மறுமலர்ச்சி இலக்கியம் படைத்தவர்கள் அதற்காகத் தம்மை அர்ப்பணித்துக் கொண்டவர்கள் இடையறாது உழைத்தவர்கள், இது உண்மை”. (ப. 524)

இது தி.க.சி.யின் கருத்தில் முரண்பாடு என்பதைவிட காலப்போக்கில் தி.க.சி.யின் கருத்து நிலை வளர்ந்திருக்கிறது என்பதையே சுட்டுகின்றது. அதே வேளை பு.பி.யை தன் உயிருக்குயிராக நேசித்து, அவர் பற்றிய வாழ்க்கை வரலாறு எழுதி, அவர் புகழ்பரப்பி வந்த தொ.மு.சி. ரகுநாதனின் அருகில் இருந்து கொண்டே அதுவும் ‘சரஸ்வதி’

இதழில் 'வீரவணக்கம் வேண்டாம்' என எழுதியது தி.க.சி.யின் திறனாய்வு நேர்மைக்குச் சான்று.

பொதுத்திறனாய்வு

தி.க.சி. பல்வேறு காலகட்டங்களில் இலக்கியம், இதழ்கள், விமர்சனம் குறித்த ஆக்கங்கள் இப்பகுதியில் இடம் பெறுகின்றன. இவை பெரும்பாலும் இதழ்களின் தேவைக்காக எழுதப்பட்டவை, இவற்றில் சிலவற்றில் தி.க.சி.யின் திறனாய்வு குறித்த தெறிப்புகள் தென்படுகின்றன.

'தமிழ் விமர்சனத்துறை - சில போக்குகள்' எனும் தலைப்பில் அமைந்த கட்டுரையில் இரு முக்கிய போக்குகளைச் சுட்டுகிறார்.

நமது விமர்சனத்துறையில் இரண்டு முக்கிய போக்குகள் தென்படுகின்றன,

'ரசனையே விமர்சனத்தின் அடிப்படை' என்று ஒரு போக்கு கூறுகிறது. 'ரசனை, தத்துவார்தச் சிந்தனை ஆகிய இரண்டும் இணைந்ததே விமர்சனம்' என்று மற்றொரு போக்கு கூறுகிறது.

'ரசனையே விமர்சனத்தின் அடிப்படை' என்பது ஒரு பழமைவாதக் (Conservative) கருத்து ஆகும்.

முக்கியத்துவம் உருவத்திற்குக் கொடுப்பதும், உள்ளடக்கத்தை இரண்டாம் பட்சமாகக் கருதுவதும் இதன் போக்காகும். இந்தப் போக்கு வீரவணக்கம் செய்வதிலும் வந்து முடிகிறது. இந்தப் போக்கை 'ஞானரதம்' ஆசிரியர் குழுவினர் தமது முக்கிய கொள்கைகளில் ஒன்றாகக் கொண்டுள்ளனர். (ப. 705)

'முற்போக்கு இலக்கியத்தின் மூன்று எதிரிகள்' எனும் கட்டுரையில்,

"கலை என்பது ஓர் ஆயுதம்; இன்றைய உலகில், மாறுபட்ட இரண்டு சமுதாய அமைப்புகளையும் இரண்டு சித்தாந்தங்களையும் கொண்ட நவீன உலகில், கலை என்பது நிச்சயமாக ஓர் ஆயுதம்தான்.

முற்போக்கு இலக்கியத்தின் மூன்று எதிரிகளான ஏகாதிபத்தியம், முதலாளித்துவம், நிலப்பிரபுத்துவம் ஆகியவற்றை வெல்வதற்கான போராட்டத்தில் இந்த ஆயுதத்தைத் தமிழகக் கலை - இலக்கியப்

படைப்பாளிகள் உறுதியுடனும், திறமையுடனும் பயன்படுத்த வேண்டும். இத்தகைய புரட்சிப் பேராட்டத்தில் ஏகாதிபத்தியம், முதலாளித்துவம், நிலப்பிரபுத்துவத்தை எதிர்க்கின்ற சகல கட்சிகளும், ஸ்தாபனங்களும், குழுக்களும், தனிநபர்களும் ஒருங்கிணைக்கப்பட வேண்டும், இத்தகைய பரந்த விரிந்த ஓர் ஐக்கிய முன்னணிதான், அவற்றிற்கு உத்தரவாதமாகும்". (ப. 794)

* "புதியசிந்தனைகள் புதிய அணுகுமுறைகள்" என்னும் தலைப்பில் அமைந்த ஒரு கட்டுரையில் தமிழ்த் திறனாய்வு அணுகுமுறைகளின் வளர்ச்சிக்குத் தி.க.சி. வழிகாட்டுகிறார்,

* வெளிப்படையான திறந்த மனம் கொண்ட விவாதங்கள், பேச்சுவார்த்தைகள், மாற்றுக் கருத்துடையோரையும் மதித்தல், அவர்களுடன் சரிசம நிலையினைப் பேணுதல்.

* அடிப்படை கோட்பாடுகளில் உறுதிப்பாடு; தெளிவு; விசுவாசம்.

* விவாதங்களிலும் பேச்சு வார்த்தைகளிலும் கடுமை, வறட்டுப் பிடிவாதம் இவற்றை விடுத்து, நிதானத்துடன் அடுத்த தரப்பின் மனத்தை மாற்றுதல், அந்தத் தரப்பை நம் கருத்துக்குச் சுமூகமாக இணங்கச் செய்தல்.

இவை திறனாய்வுத் துறைக்கு மட்டுமின்றி ஒட்டுமொத்தமாக முற்போக்குக் கலை இலக்கிய வளர்ச்சிக்கும் சீரிய பங்காற்றும் பயனளிக்கும் என்பது என் கருத்து.

கடைசியாக ஒரு யோசனை; திறனாய்வுப் பிரச்சனைகளை ஆராய்ந்து தீர்வு காண்பதற்காக, ஒரு கருத்தரங்கு மற்றும் ஒரு பணி அரங்கை (Seminar Cum Workshop) கூட்டவேண்டும்". (ப. 336)

தி.க.சி. இலக்கியத்தை சமூக நோக்கு, மனிதநேயம், சமுதாய மாற்றம் ஆகியவற்றின் ஊடாக நோக்கினார். கோட்பாட்டு விமர்சனங்களில் அவர் ஈடுபடவில்லை. ஆனால் இலக்கியத் திறனாய்வு அறிவியல், அறவியல், சமுதாயவியல், மனிதவியல் ஆகிய அணுகுமுறைகளோடு நடத்தப்பட வேண்டும் என விரும்பினார்.

ஏறக்குறைய தி.க.சி.யின் இலக்கியப் பொது வாழ்வு எழுபத்தைந்தாண்டுகள். முதல் இருபத்தைந்தாண்டுகள் படைப்பு,

திறனாய்வு எழுத்தின் தொடக்கமும், வளர்ச்சியும். அடுத்த இருபத்தைந்தாண்டுகள் அவர் கருத்து நிலை முதிர்ச்சியின் வெளிப்பாடும் செயல்பாடும். இறுதி இருபத்தைந்தாண்டுகள் கடிதங்கள், பேட்டிகள், நேர்ப் பேச்சுக்கள் வழி புதிய தலைமுறைக்கு வழிகாட்டலும், ஊக்கப்படுத்தலும் எனப் பகுப்பலாம். இறுதிவரை இயங்கிக் கொண்டே இருந்தார்.

தி.க.சி. ஓர் இலக்கிய இயக்கம். அவர் குறைவாகவே எழுதினார். ஆனால் பலரை எழுதச் செய்தார். வரலாற்றில் பங்களிப்பு செய்த ஆளுமைகளை அவரவர் காலப்பின்புலத்தில் மதிப்பிட வேண்டும். விடுதலைக்குப் பின்னான தமிழ் நாட்டின் கருத்துப் புலத்தில் முற்போக்கு கலை இலக்கியக் கருத்தியலைக் காலூன்றச் செய்திடும் பெரும்பணி தி.க.சி.க்கு இருந்தது. தம் படைப்பு வெளியைச் சுருக்கியதற்கும், திறனாய்வு, இதழியல் துறைகளில் தொழிற்பட்டதற்கும் இது முக்கியக் காரணம்.

சமூக நீதி, மூடநம்பிக்கை ஒழிப்பு, சமூக விழிப்புணர்வு ஆகியவற்றை ஏந்திச் சென்ற திராவிட இயக்கம் மொழி அலங்காரமாய்த் தன்னைச் சுருக்கிக் கொண்டது. மேலைய, நவீனத்துவ மோகத்தில் தூய இலக்கியவாதிகள் சிறைபட்டு நின்றனர். இச்சூழலில் நடப்பியல் சார்ந்த இலக்கியப் போக்கை முன் வைத்தது முற்போக்கு இயக்கம். கவிதை, சிறுகதை, நாவல் ஆகிய வடிவங்களில் இந்த யதார்த்தவாத எழுத்து முறையை தி.க.சி. வளர்த்தெடுத்தார். அவரது திறனாய்வுகள் இத்தகு எழுத்துக்களைக் கொண்டாடி, ஊக்கப்படுத்தின. அவர் பொறுப்பேற்ற 'தாமரை' இதழ் வாயிலாகவும் இதனைச் செய்தார்.

தனிநபர், குடும்ப உறுப்பினர், சமூக மனிதர் ஆகிய நிலைகளில் தம் கடமைகளை முழுமையாக நிறைவேற்றினார். படைப்பாளி, திறனாய்வாளர், செயற்பாட்டாளர் ஆகிய நிலைகளில் தொடர்ந்து இயங்கினார். தி.க.சி. என்றால் 'முழுமை', 'நிறைவு' எனச் சொன்னால் மிகையில்லை.

பின்னிணைப்புகள்
தி.க.சி.யின் நூல்கள் - மொழிபெயர்ப்பு நூல்கள்

1. கார்ல் மார்க்சின் இல்வாழ்க்கை, 1951
2. வசந்த காலத்திலே (ரஷ்ய நாவல்), தமிழ்ப் புத்தகாலயம், சென்னை, 1951.
3. எது நாகரீகம்? (மாக்சிம் கார்க்கி கட்டுரைகள்), தமிழ்ப் புத்தகாலயம், சென்னை, 1951.
4. சீனத்துப் பாடகன் (சீன நாவல்), தமிழ்ப் புத்தகாலயம், சென்னை, 1952.
5. போர் வீரன் காதல் (சீன நாவல்), தமிழ்ப் புத்தகாலயம், சென்னை, 1952.
6. குடியரசுக் கோமான் (மாக்சிம் கார்க்கி), ரவி பிரசுரம், 1952.

தி.க.சி. எழுதிய நூல்கள்

1. தி.க.சி.யின் திறனாய்வுகள், கிறித்தவ இலக்கியச் சங்கம், 1993.
2. விமர்சனத் தமிழ், அன்னம், சிவகங்கை, 1993.
3. விமர்சனங்கள், பேட்டிகள், மதிப்புரைகள், விஜயா பதிப்பகம், கோவை, 1994.
4. மனக்குகை ஓவியங்கள், பூங்கொடி பதிப்பகம், சென்னை, 1999.
5. தமிழில் விமர்சனத்துறை - சில போக்குகள், 2001.
6. கடல்படு மணல், நிவேதிதா புத்தகப் பூங்கா, சென்னை, 2010.
7. தி.க.சி.யின் நேர்காணல்கள், (தொ.), வே. முத்துக்குமார், உயிர் எழுத்து பதிப்பகம், திருச்சி, 2011
8. காலத்தின் குரல், ஆவாரம்பூ, நெல்லை, 2012.
9. தி.க.சி.யின் நாட்குறிப்புகள், (தொ.), வே. முத்துக்குமார், சந்தியா பதிப்பகம், சென்னை, 2014.
10. தி.க.சி. திறனாய்வுக் களஞ்சியம், (தொ.), கழனியூரன், (முழுத் திறனாய்வுகள்) காவ்யா பதிப்பகம், சென்னை, 2015
11. தி.க.சி. கவிதைகள், (தொ.), வே. முத்துக்குமார், ஆவாரம்பூ, நெல்லை, 2017.
12. தி.க.சி. நாடகங்கள், (தொ.), வே. முத்துக்குமார், ஆவாரம்பூ, நெல்லை, 2017.

13. தி.க.சி. திரை விமர்சனங்கள், (தொ.), வே. முத்துக்குமார், ஆவாரம்பூ, நெல்லை, 2017.

14. நினைவோடைக் குறிப்புகள், (தொ.), வே. முத்துக்குமார், சந்தியா பதிப்பகம், சென்னை, 2018

தி.க.சி. பற்றிய நூல்கள்

1. தி.க.சி. என்னுமொரு திறனாய்வுத் தென்றல், மு. பரமசிவம், நர்மதா பதிப்பகம், சென்னை, 1999.

2. பேசும் கால்க்காசு கடுதாசி : தி.க.சி. யின் திறனாய்வுகள், பா. செயப்பிரகாசம், சென்னை, 2001.

3. தி.க.சி. என்ற மனிதன் சில மதிப்பீடுகள், (தொ.), அ.நா. பாலகிருஷ்ணன், ஞானியாரடிகள் தமிழ் மன்றம், சென்னை, 2004.

4. பிரிய சகோதர (தொ. ஆ), சுகதேவ் & சீனி. குலசேகரன், கலைஞர் பதிப்பகம், சென்னை, 2012.

5. தந்தைமை தவழும் வளைவுவீடு, தி. சுபாஷினி, மித்ராஸ், சென்னை, 2012.

6. நிழல் விடுத்து நிஜத்திற்கு (கடிதத் தொகுப்பு) குள்ளிக்காளிபாளையம் கே. பாலசுப்பிரமணியன், ஆவாரம்பூ, நெல்லை, 2013.

7. தி.க.சி. என்றொரு தோழமை, (தொ.), கழனியூரன், காவ்யா பதிப்பகம், சென்னை, 2014.

8. தி.க.சி. எனும் ஆளுமை, (தொ-ர்), இரா. மோகன், மு. தருமராஜன், வானதி பதிப்பகம், சென்னை, 2014.

9. தி.க.சி. என்றொரு மானுடன், செ. திவான், சுஹைனா பதிப்பகம், நெல்லை, 2015.

10. வல்லிக்கண்ணன் தி.க.சி.க்கு எழுதிய கடிதங்கள் (தொ.), கழனியூரன், மேன்மை வெளியீடு, சென்னை, 2016.

ஆவணப்படம்

21இ, சுடலைமாடன் கோயில் தெரு, திருநெல்வேலி டவுண், தயாரிப்பு & இயக்குநர் எஸ். ராஜகுமாரன். (திருப்பூர் தமிழ்ச் சங்கம், த.மு.எ.க.ச., தாரகை இலக்கிய விருதுகள் பெற்ற ஆவணப்படம்)

இரா. காமராசு

தி.க.சி. எழுதிய கடிதங்கள்

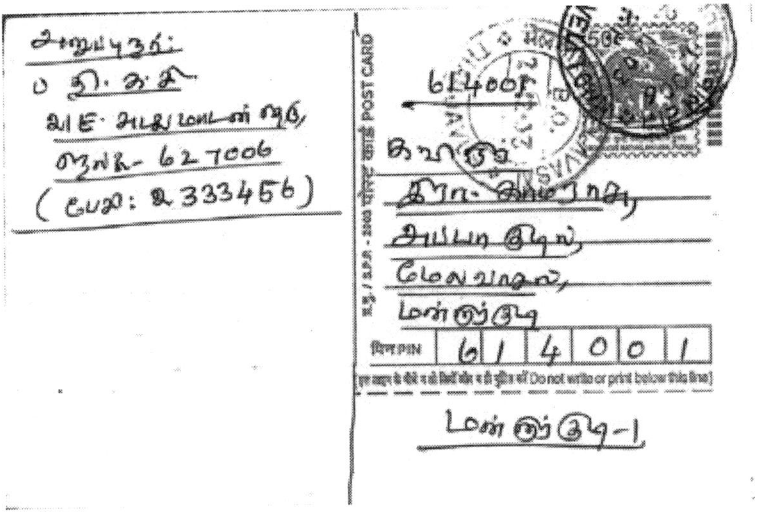

[postcard image with address and postmark]

தி. க. சி, வ.உ. அடையாளர் நகர், ஏர்வாடி-6, 23.12.2003

அன்பைக் கடவுள் தோழர் காமராசு அவர்களுக்கு,

வணக்கம். நேற்று 'புதுப் பொலிவு' கவிதை நூல் வெளியீட்டு (27.12.03), 'எண்மணி நீலாதி தின தூய்பல் கவிதாரங்கம்', தலைமை ச. இராமசாமி விழுங்கும் 'கலைக்காரத் தோழத் பெரியார் நாடகம்' ஆகியவற்றின் அழைப்பிதழ் பெற்றேன்; மிக்க மகிழ்ச்சி; நன்றி.

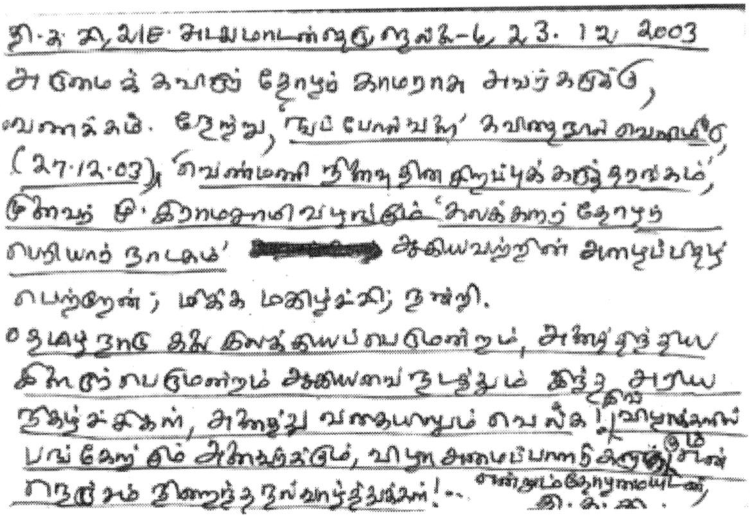

தமிழுக்கும் தமிழ்க்கலைக்கும் சுவடு மொன்றும், அனைத்துய கீகுஞ்சுவடு மொன்றும் ஆகியனவாய் நடத்தும் தீர்த்த அரிய நிகழ்ச்சிகள், அனைத்து வாதுமாயும் வெற்றி! எங்களால் பங்கேற்கும் இயலாத்தால், விழா அமைப்பாளர்கள் என் நெஞ்சம் நிறைந்த நல்வாழ்த்துக்கள்! என்றும்தோழமையுடன்
தி.க.சி.

தி.க.சிவசங்கரன்

23, அயக்ரீவ நகர்,
ஆதம்பாக்கம்,
சென்னை-600088,
9.2.83

அருமை நண்பர் இராஜதாசனுக்கு,

வணக்கம். தங்கள் 3.2.83 கடிதத்தை, நேற்று வந்த வண்ணதாசன் கடிதம் வாயிலாகக் கண்டேன். நீங்கள் ஆய்வு முயற்சிகளுக்கு என் பாராட்டுக்கள்.

இத்துடன் நண்பர் வதாத் ("சரத்கமலன்") அவர்களுக்கு ஒரு பரிந்துரைக் கடிதம் இணைத்துள்ளேன்.

சென்னை வரும் போது, சோவியத் லே[illegible]ட் துறையில் (115, தியாகராய ரோடு, தி.நகர், சென்னை-17, Phone: 443277, 440201) காலை 8 முதல் மாலை 4 வரை என்னைச் சந்திக்கலாம். (சனி, ஞாயிறு வீட்டில் சந்திக்கவும்).

இதுவரை நாம் நேரில் சந்தித்ததாக எனக்கு நினைவில்லை; எனவே, நமது சந்திப்பை ஆவலுடன் எதிர் நோக்குகிறேன். (இப்போது 1 மாத லீவில் இருக்கிறேன்; 16.2.83ல் அலுவலகம் செல்வேன்). பிற நேரில்.

மிக்க அன்புடன்,
தி.க.சி.

தி.க.சி.யின் திறனாய்வுகள்

– வல்லிக்கண்ணன்

தமிழ் இலக்கிய விமர்சனம் வ.வே.சு.ஐயரின் முயற்சிகளில் இருந்து தொடங்குகிறது. இது வரலாற்று ரீதியான இயலக்கியவாதிகளால் ஏற்றுக் கொள்ளப்பட்ட உண்மையாகும். வ.வே.சு. ஐயர் ரசனாபூர்வமான விமர்சனங்களுக்கு அடிகோலினார். கம்பனின் படைப்புத் திறனையும் இதர உலக மகா கவிகளின் ஆற்றலையும் ஒப்பிட்டு, ஒப்பியல் இலக்கிய விமர்சனத்தையும் அவர் வளர்த்தார். தமிழ் இலக்கிய தரமான சிறுகதைகளைப் படைத்து வழிகாட்டியவரும் ஐயர்தான்.

சுப்பிரமணிய பாரதியாரும் வ.வே.சு. ஐயரும் அமைத்த வழியில் தமிழ்ச் சிறுகதைத் துறை செழித்து வளர்ந்தது. அதற்கு வலிமையும் வனப்பும் இளமையும் எழிலும் சேர்த்தவர்கள் மணிக்கொடி எழுத்தாளர்கள் அவர்களில் முதன்மையானவர்கள் புதுமைப்பித்தன். சிறுகதை வளர்ச்சியில் ஆர்வமும் அக்கறையும் செலுத்திய மணிக்கொடி எழுத்தாளர்கள் இலக்கிய விமர்சனத்தில் கருத்து சொல்வதில்லை.

இனியும் புதுமைப்பித்தன் விமர்சனரீதியில் கதை கவிதை பற்றி எல்லாம் தன் அபிப்ராயங்களை அழுத்தமாகவே பதிவு செய்கிறார். இலக்கிய விமர்சனத்தை ஒரு தனி தீவிரத்துடன் விசேஷ ஈடு பாடுகளுடன் வளர்த்தவர் கா.நா.சுப்ரமணியம். இவரும் மணிக்கொடி குழுவைச் சேர்ந்தவர் தான்.

இவர் 1940களில் தான் விமர்சனத்தில் மும்முரமாக ஈடுபட்டார். தமது ரசனை உணர்வையே இலக்கிய விமர்சனத்துக்குரிய அளவுகோலாக கொண்டிருந்தார். அவருடைய ரசனை எந்தத் தனி மனிதனுக்கம் இயல்பான தன்மையில் ஆழ்ந்த விருப்பு வெறுப்புகளின் பால் பட்டிருந்தது.

க.நா.சு. சுய ரசனை அடிப்படையிலான இலக்கிய விமர்சனம் தமிழ் விமர்சனத் துறையில் ஆரோக்கியமற்ற போக்கு வளர வழி செய்தது. க.நா.சு.வை அடிஒற்றி சி.சு. செல்லப்பா இலக்கிய விமர்சனத்தில் இறங்கினார். ஆழ்ந்த பகுப்பாய்வு முறையில் இவருடைய விமர்சனங்கள் அமைந்தன. ஆனால் செல்லப்பா, தமது ரசனைக்குத் தாமே வேலி போட்டுக்கொண்டார். மணிக்கொடி காலத்திற்கு அப்பால் நவீன தமிழ்

இலக்கியம் வளரவில்லை. மணிக்கொடி எழுத்தாளர்கள் போல படைப்பாற்றல் பெற்ற எழுத்தாளர்கள் எவரும் தோன்றவில்லை. தோன்றவும் முடியாது என்ற நம்பிக்கையுடனேயே அவர் விமர்சனத்தில் ஈடுபட்டார். கால ஓட்டத்தோடு ஏற்பட்ட, ஏற்பட்டு வருகிற வளர்ச்சி கவனிக்கவே அவர் மறுத்தார். இதுவும் விமர்சனத் துறையில் ஒரு குறைபாடுதான்.

ரசிகமணி என்ற சிறப்புப் பெயர் பெற்ற டி.கே. சிதம்பரநாத முதலியார் இலக்கிய விமர்சகர் என்று சொல்லிக் கொள்ளாத போதிலும் ரசனை அடிப்படையில் செய்து கொண்டிருந்ததும் விமர்சனம்தான். அவரும் தமக்குப் பிடித்த ஒன்றிரண்டு கவிஞர்களையும் எழுத்தாளர்களையும் பிரமாதமாகப் புகழ்ந்து வியந்து கட்டுரைகளை எழுதினார். தமக்குப் பிடிக்காத கவிதைகளை, கவிதை வரிகளையும், வார்த்தைகளையும் குறைகூறி, தம் விருப்பம் போல் அடித்துத் திருத்தி மாற்றி எழுதுவதில் டி.கே.சி. ஆர்வம் காட்டினார்.

இப்படி விதம் விதமான குறைபாடுகள் நிறைந்திருந்த சூழ்நிலையில், காலகட்டத்தில் தொ.மு.சி. ரகுநாதன், தி.க.சிவசங்கரன் முதலியவர்கள் விமர்சனத்தில் கவனம் செலுத்த முற்பட்டார்கள். ரசனையே விமர்சனத்தின் அடிப்படையாகும் என்றாலும், ரசனையுடன் தத்துவார்த்தச் சிந்தனை இணைகிறபோததான் விமர்சனம் சரியானதாக அமையும் என்ற கருத்தை இவர்கள் வலியுறுத்தினார்கள்.

தி.க.சிவசங்கரன் 1950களிலிருந்து தமது கருத்துக்களை ஆழமாகவும், அழுத்தமாகவும் பதிவு செய்து வந்திருக்கிறார். தமக்குச் சரியயென்று பட்ட எண்ணங்களை நேர்மையாகவும், நியாய உணர்வோடும், துணிச்சலாகவும், பத்திரிக்கைகளிலும் நண்பர்களின் மத்தியிலும், கடிதங்களிலும் எடுத்துக்கூற அவர் தயங்கியதே இல்லை. இதனால் எல்லாம் அவருடைய எழுத்துக்கள் புத்தகங்களாக வந்திரான போதிலும், எழுத்தாளர்களிடையே தி.க.சி. என்ற பெயர் வெகு கவனத்திற்கும் மதிப்பிற்கும் உரிய ஒரு பெயராக நிலவி வருகிறது. எவருடைய திறமையும் ஏற்றுக்கொள்ளத் தயங்காமல் அதே சமயம் அந்த நபருடைய குறைகளை மூடி மறைக்காது, உள்ளது உள்ளபடி சுட்டிக் காட்டவும் முனைந்தவர் தி.க.சி. உதாரணத்திற்கு, புதுமைப்பித்தன் பற்றி அவருடைய கருத்துக்களை எடுத்துக் காட்டலாம்.

புதுமைப்பித்தன் “தர்மத்தின் வாழவுதனை சூது கவ்வும்” என்ற உண்மையை படம் பிடித்தார். ஆனால் “தர்மம் மறுபடியும் வெல்லும்” என்னும் மகத்தான சரித்திர உண்மையை சித்தரிக்கவில்லை. இது தான் அவருடைய எழுத்துக்களில் உள்ள முக்கிய குறைபாடு. “புதுமைப்பித்தன் எழுத்துக்களின் புதுமையும் பித்தமும் கலந்திருக்கிறது. அவளுடைய சீக்குப் பிடித்த தத்துவ விசாரத்தை நம்பிக்கை வறட்சியை தனிமனித வாதத்தை இருண்ட கண்ணோட்டத்தை நாம் தள்ளிவிட வேண்டும்.

இந்த பித்தம் தமிழ் இலக்கிய வளர்ச்சிக்கு உதாவது. அவருடைய கற்பனை, மனுதர்மம், கலைத்திறன், நடையழகு, சொல்லாட்சி, கட்டுக்கோப்பு, உயிர்த்துடிப்பு தமிழ் எழுத்தாளர்களுக்கு வேண்டும். இதுதான் நாம் கைக்கொள்ள வேண்டிய புதுமை என்று தி.க.சி. உறுதியாக அறிவிக்கிறார். இதனாலேயே “வீர வணக்கம் வேண்டாம்” என்ற தம் எண்ணங்களை மேலும் வலியுறுத்தி அவர் விரிவாக எழுத வேண்டிய அவசியம் ஏற்பட்டது.

புதுமைப்பித்தனின் சமகாலப் படைப்பாளிகளில் மணிக்கொடி எழுத்தாளர்களின் சாதனைகளை மதிப்பிடும் பணியில் ஈடுபட்டார். அப்படிச் செய்யும் பொழுது படைப்பாளிகளின் தன்மைகளைக் கட்டுகிறபோதே அவர்களுடைய குறைகளையும் எடுத்துக் கூறத் தவறுவதில்லை. இதுதான் விமர்சன நேர்மை ஆகும். மகா கவி பாரதியின் எழுத்துக்களில் அவர் சீடர் வா.ரா. சிந்தனைகளிலும் மிகுந்த ஈடுபாடு கொண்டவர் தி.க.சி. “வாழ்க்கையை மேம்படுத்துவதற்கு இலக்கியம் ஒரு சாதனம்” என்பதையே கொள்கையாகவும் இலக்கிய நோக்கமாகவும் கொண்டவர்கள் பாரதியும் வா.ராவும். எழுத்தாளனுக்குச் சமுதாயப் பொறுப்பு உண்டு என்ற நம்பிக்கையும் அவர்கள் கொண்டிருந்தார்கள்.

இவ்விரு இலக்கிய முன்னோடிகள் துணிவையும் கோட்பாட்டு உறுதியையும் பெற்றிருப்பவர் தி.க.சி. என்பதை அவர் எழுத்துக்கள் அறிவுறுத்துகின்றன. நமது கலை கல்வி பண்பாடு நாகரீகம் செழிக்க வேண்டுமென்று கிளிப்பிள்ளை போல பேசி என்ன பயன்? நம்முடன் பிறந்த நமது கலையும் பண்பாடும் சீர்குலைக்கும் சக்திகளை, மாரீசர்களை, போலி தேச பக்தர்களை, புன்மை நெறியில் மக்களை அழிக்கிறவர்களை நீங்கள் புரிந்து கொள்ள வேண்டுமா? இவர்களிடம் எச்சரிக்கையாக இருக்க வேண்டுமா? என்று கேட்கிறது அவரது சிந்தனை.

அந்த நோக்கில் மக்கள் கலாச்சாரத்தை மண்ணாக்கிக் கொண்டிருக்கும் சக்திகளை, சுயநல, சுயலாப எண்ணத்தோடு, கலை இலக்கியம், பத்திரிகைகள், வெகுஜன தொடர்பு சாதனங்கள் அனைத்தும் வணிக நோக்குடன் பயன்படுத்தி சமூகத்தையும் நாட்டையும் சீர்குலைத்து வாழகிற பணநாயகர்களின் தன்மைகளை வன்மையாக கண்டிப்பதுடன் தி.க.சி. முன்னிலை நிற்கிறார். "மக்களின் நல்வாழ்வுக்கான போராட்டம் என்பது சமூக நீதிக்கான போராட்டமே" என்று உணரும் தி.க.சி. சமூக நலனுக்கும் மனித நல்வாழ்விற்கும் போராடுவதற்குத் தேவையான உறுதியையும் நம்பிக்கையையும் தமிழ் எழுத்துக்களின் மூலம் பரப்பி வருகிறார். தனது சிந்தனைகளைக் கட்டுரைகளாகவும், கவிதைகளாகவும், இலக்கியக் கூட்டங்களின் பேச்சுக்களாலும், விழிப்புணர்வை இளம் எழுத்தாளர்களுக்கு ஊட்டி வருகிறார். அவருடைய சிந்தனையும் எழுத்துக்களும் புதிய மனிதனுக்காக புதிய வாழ்வுக்காக புதிய கலாச்சாரத்திற்காக உயிர்த்தனவாகும்.